Babeli Kuu

Mtazamo Wa Ibada Katika Ushawishi Wa Babeli Katika
Kufunuliwa Kwa Kusudi La Mungu Duniani

F. Wayne Mac Leod

Light To My Path Book Distribution
153 Atlantic Street, Sydney Mines, N.S. CANADA B1V 1Y5

Babeli Kuu

Hakimiliki © 2021 ya F. Wayne Mac Leod

Ilirekebishwa Novemba 2019

Haki zote zimehifadhiwa. Hakuna sehemu ya kitabu hiki inaweza kunakiliwa au kusambazwa kwa namna yoyote au njia yoyote ile bila idhini ya maandishi ya mwandishi.

Nukuu za maando zilezowekwa alama (NIV) zimechukuliwa kwenye biblia, Toleo jipya la kimataifa®, NIV®. Hakimiliki © 1973, 1978, 1984, 2011 ya Biblica, Inc.™ kutumiwa kwa ruhusa ya Zondervan. Hakizote zimehifadhiwa duniani kwetu. . www.zondervan.com The "NIV" na "Toleo jipya la kimataifa" ni chapa za biashara zilizo sajiliwa na hati miliki ya marekani na ofisi -ya chapa za biashara za Biblia, Inc.™

Nukuu za maandiko zilizowekwa alama (ESV) zimetoka kwenye ESV ® Biblia (Biblia takatifu, toleo la kawaida la kingereza®), hakimiliki © 2001 na kupitia, huduma ya uchapishaji ya wahubiri wa habari njema. Zimetumika kwa ruhusa. haki zote zimehifadhiwa."

Nukuu za maandiko zilizowekwa alama (NLT) zimechukuliwa katika Biblia takatifu, tafsiri mpya hai, hakimiliki ©1996, 2004, 2015 ya Msingi wa Nyumba ya Tyndale. Imetumiwa kwa ruhusa ya Nyumba ya Tyndale wachapishaji, Inc., Carol Stream, Illinois 60188.haki zote zimehifadhiwa.

Nukuu ya maandiko kutoka toleo lililoidhinishwa la (King James). Haki katika toleo lililoidhinishwa nchini Uingereza zimekabidhiwa taji. Imetolewa tena kwa idhini ya mwenye hati miliki ya taji, Chuo cha Cambridgo

Yaliyomo

Dibaji 5

Sura ya 1 - Babeli Na Uumbaji 7

Sura ya 2 - Babeli Baada Ya Gharika 13

Sura ya 3 – Ibrahimu Na Babeli 19

Sura ya 4 – Isaka Na Babeli 25

Sura ya 5 - Balaamu Na Babeli 31

Sura ya 6 - Yoshua Na Babeli 37

Sura ya 7 - Babeli Katika Wakati Wa Waamuzi 43

Sura ya 8 - Aibu Ya Daudi Na Wapanda Farasi Wa Mesopotamia 51

Sura ya 9 - Hezekia Na Wajumbe Wa Babeli 55

Sura ya 10 - Faida Ya Babeli Kwa Gharama Ya Yuda 59

Sura ya 11 – Ayubu Na Wakaldayo 65

Sura ya 12 - Karibu Na Maji Ya Babeli 71

Sura ya 13 - Maneno Ya Isaya Kwa Babeli 77

Sura ya 14 - Wito Wa Yeremia Kunyenyekea Kwa Babeli 85

Sura ya 15 – Ezekieli: Kutamani Babeli 95

Sura ya 16—Danieli: Wito Wa Babeli Wa Kuafikiana 105

Sura ya 17 - Ahadi Zinazopita Za Babeli 113

Sura ya 18 - Kuachiliwa Kutoka Kukamatwa Na Babeli 121

Sura ya 19 - Neema Ya Mungu Kwa Babeli 131

Sura ya 20 - Kuanguka Kwa Babeli Kuu 139

Light To My Path Book Distribution 151

Dibaji

Wakati fulani uliopita, nilivutiwa na rejezo la Babeli Mkubwa katika usomaji wangu wa Maandiko. Hilo lilinifanya nifikirie daraka ambalo Babeli ililitimiza katika maisha ya watu wa Mungu. Nikitafakari juu ya hili, nilifikiria jinsi Babeli ni mada inayojirudia kutoka mwanzo hadi mwisho wa Maandiko. Kadiri nilivyofikiria zaidi kuhusu hili, ndivyo nilivyohisi zaidi uongozi wa Bwana kuzingatia mada hii kwa undani zaidi.

Kati ya mataifa yote ya kipagani katika Maandiko, Babeli inaonekana kuchukua nafasi kuu. Kuanzia Mwanzo hadi Ufunuo, kuna vidokezo vya kuwapo kwake. Yeye ni rafiki na adui mkubwa wa Mungu na kazi yake.

Mimi si mwanahistoria, wala sitajaribu kufuatilia historia ya Babeli. Somo hili linachunguza jukumu la Babeli katika kufunuliwa kwa mpango wa Mungu katika ulimwengu huu. Ni mtazamo wa ibada kwa mada muhimu katika Maandiko. Tunapochunguza yale ambayo Biblia inasema kuhusu Babeli, tutaona kwamba bado kuna adui kwa watu wa Mungu anayetafuta kuwanyang'anya baraka zake. Hata hivyo, adui huyo hawezi kumshinda, na wale walio wa Kristo watamshinda. - F. Wayne Mac Leod

Sura ya 1- Babeli Na Uumbaji

Tunapo Anza, Acha tujaribu kuelewa kuhusu Babali na wapi lipokuwa kijiografia. Hii ramani imetoka Biblos.com/FreeBibleimages.org inatusaidia katika hili

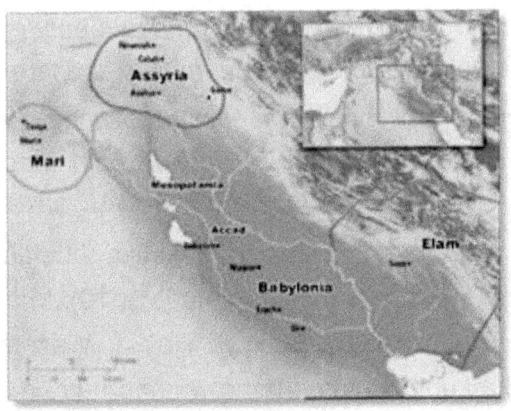

Babeli ilikuwa katika eneo lililojulikana kama Mesopotamia. Eneo hili lilikuwa kati ya Mto Tigri na Euphrates na lilikuwa na ardhi yenye rutuba sana. Ilipiganwa vikali katika historia yake yote, nchi ilipitishwa kutoka taifa moja hadi jingine. Leo Uturuki, Syria, Iraq na Kuwait zinakalia eneo hili. Katika nyakati za Biblia, majeshi mawili makuu yaliyokaa hapa yalikuwa Wababeli upande wa kusini na Waashuru waliokuwa upande wa kaskazini.

Hilo linatuleta kwenye kitabu cha Mwanzo na simulizi la uumbaji. Baada ya kumuumba mwanadamu, Mwanzo 2 inatuambia kwamba

Mungu alimweka katika bustani ailime na kuitunza.

7 Bwana Mungu akamfanya mtu kwa mavumbi ya ardhi, akampulizia puani pumzi ya uhai; mtu akawa nafsi hai. 8Bwana Mungu akapanda bustani upande wa mashariki wa Edeni, akamweka ndani yake huyo mtu aliyemfanya.(Mwanzo 2)

Ingawa hatujui eneo kamili la Bustani ya Edeni, Mwanzo 2 inaendelea kutupa dokezo.

10 Ukatoka mto katika Edeni wa kuitilia bustani maji, na kutokea hapo ukagawanyika kuwa vichwa vinne.
11 Jina la wa kwanza ni Pishoni. ndiyo inayozunguka nchi yote ya Havila, ambako kuna dhahabu. 12 na dhahabu ya nchi ile ni njema; huko kuna bedola, na vito shoham.
13 Na jina la mto wa pili ni Gihoni; ndio unaozunguka nchi yote ya Kushi.14 Na jina la mto wa tatu ni Hidekeli; ndio unaopita mbele ya Ashuru. Na mto wa nne ni Frati. (Mwanzo 2)

Mwanzo 2 inatuambia kwamba mto katika bustani ya Edeni uligawanyika na kuwa mito minne (mstari wa 10). Mto wa kwanza ulikuwa Pishoni uliozunguka nchi ya Havila. Wasomi wa Biblia hawana uhakika kuhusu utambulisho wa mto huu na eneo la nchi ya Havila. Hata hivyo, maneno ya Mwanzo 2:11 kuhusu Mto Pishoni hayapaswi kupuuzwa.

11 Jina la wa kwanza ni Pishoni; ndio unaozunguka nchi yote ya Havila, ambako kuna dhahabu;(Mwanzo 2)

Mwandikaji wa Mwanzo alipoandika mahali pa Bustani ya Edeni, alitumia wakati uliopita kufafanua Mto Pishoni—"ndio utiririkao." Tunapolinganisha hili na mstari wa 14 na marejeo yake ya Mto Tigri, tofauti ni ya kushangaza. Akizungumzia Mto Tigri, mwandishi anatuambia kwamba "unatiririka mashariki mwa Ashuru." Kwa maneno mengine, huenda Mto Pishoni ulikuwa tayari umeacha kutiririka wakati Mwanzo ilipoandikwa. Hii inaweza kuhesabu ukweli kwamba utambulisho wake haujulikani leo.

Mto wa pili ni Gihoni uliozunguka nchi ya Kushi. Angalia tena kwamba mwandishi anazungumza katika wakati uliopita kuhusu mto Gihoni - "ndio unaozunguka nchi yote ya Kushi" (mstari wa 13). Tena, eneo la Mto Gihoni halijathibitishwa kamwe na linaendelea kujadiliwa miongoni mwa wasomi wa Biblia leo.

Kushi alikuwa mjukuu wa Nuhu kupitia mwanawe Hamu. Mwanzo 10:6-10 inaandika nasaba ya Kushi, mwana wa Hamu:

6 Na wana wa Hamu ni Kushi, na Misri, na Putu, na Kanaani. 7 Na wana wa Kushi ni Seba, na Havila, na Sabta, na Raama, na Sabteka. Na wana wa Raama ni Sheba, na Dedani.. 8 Kushi akamzaa Nimrodi, akaanza kuwa mtu hodari katika nchi. 9Alikuwa hodari kuwinda wanyama mbele za Bwana. Kwa hiyo watu hunena, Kama Nimrodi, hodari wa kuwinda wanyama mbele za Bwana. 10 Mwanzo wa ufalme wake ulikuwa Babeli na Ereku, na Akadi, na Kalne, katika nchi ya Shinari. (Mwanzo 10)

Mistari hii inatuambia kwamba Kushi alikuwa na mwana jina lake Nimrodi. Nimrodi, kulingana na Mwanzo 10:10, alikuwa kiongozi wa ufalme wa Babeli katika nchi ya Shinari. The International Standard Bible Encyclopedia ina haya ya kusema kuhusu Babeli:

> *bā'bel, bab'ilon (Topografia): Babeli lilikuwa jina la Kigiriki la jiji lililoandikwa kwa maandishi ya kikabari ya Wababeli, bab-ili, ambayo yamaanisha katika Kisemiti, "lango la mungu." Waebrania waliita nchi, pamoja na jiji hilo, Bābhel. Jina hili waliloliona lilitoka kwenye mzizi, bālal, "kuwaaibisha" (Mwa 11:9).*

"The International Standard Bible Encyclopedia." Marion, IA: Laridian, Inc., 2017. Kitabu hiki kiko kwa umma. Hakimiliki ya faili za kielektroniki © 2017 na Laridian, Inc. Haki zote zimehifadhiwa.

Nimrodi, mwana wa Kushi, alikuwa mwanzilishi wa watu wa Babeli au Babeli. Hii inamweka katika eneo la Mesopotamia. Nchi ya Kushi inaelekea ilikuwa katika eneo hili katika historia kwa sasa.

Mito miwili ya mwisho iliyotajwa katika Mwanzo 2 ni Tigri na Frati. Tigris ilitiririka wakati Mwanzo ilipoandikwa na inazungumzwa katika wakati wa sasa - "ambayo inatiririka mashariki mwa Ashuru." (Mwanzo 2:14). Ashuru ilikuwa kaskazini mwa Babeli, na Tigri ilitiririka mashariki mwa taifa hili kuelekea Babeli. Mto Frati ulikuwa magharibi mwa Mto Tigri, na hakuna kitu zaidi kinachotajwa kuuhusu kwani huenda ulikuwa unajulikana sana.

Mwanzo 2:10-14 ingetuongoza kuamini kwamba Bustani ya Edeni ilikuwa kwenye bonde lenye rutuba la Mesopotamia katika nchi ambayo hatimaye ingekuwa Babeli. Nchi ambayo Babeli ingemiliki ilikuwa nchi iliyoandalia familia ya kwanza ambayo Mungu aliumba. Ilikuwa ni kitovu cha uumbaji Wake na, katika siku hizo za mwanzo, ilipitia utimilifu wa baraka zake kabla ya dhambi kuingia ulimwenguni.

Eneo hili pia lilipata anguko la dhambi wakati Shetani alipomjaribu Hawa kula kutoka kwa Mti wa Ujuzi wa Mema na Mabaya. Huko katika bustani ya Edeni, Shetani alimjaribu Hawa kuhoji kusudi la Mungu na kula kile ambacho Mungu alikuwa amekataza. Akizungumza na Hawa siku hiyo, Shetani alisema:

4 Nyoka akamwambia mwanamke, Hakika hamtakufa, .5 kwa maana Mungu anajua ya kwamba siku mtakayokula matunda ya mti huo, mtafumbuliwa macho, nanyi mtakuwa kama Mungu, mkijua mema na mabaya. 6 Mwanamke alipoona ya kuwa ule mti wafaa kwa chakula, wapendeza macho, nao ni mti wa kutamanika kwa maarifa, basi alitwaa katika matunda yake akala, akampa na mumewe, naye akala.. (Mwanzo 3)

Hapa katika eneo hili la ulimwengu, Ibilisi alipinga kusudi la Mungu kwa kumshawishi Hawa kutamani kile ambacho kilikatazwa kwa wanadamu. Alimtia moyo kujisalimisha kwa tamaa ya mwili na akili. Alimwambia kwamba kula tunda lililokatazwa kungemfanya awe kama Mungu. Hawa alikubali majaribu na kula tunda lililokatazwa.

Huko katika eneo ambalo lingejulikana kuwa Babeli, mbegu za kwanza za uasi zilipandwa. Babeli ingekuwa ishara ya tamaa ya mwili na kishawishi cha kuwa mungu wetu wenyewe, kuamua hatima yetu wenyewe, na kupuuza kusudi la Muumba.

Maombi:

Baba, tunapozingatia mada ya Babeli katika Mwanzo, tunaona kwamba eneo hili la ulimwengu liliona mwanzo wa uumbaji na kuanguka kwake katika dhambi. Hapo tunaona kuongezeka kwa uasi dhidi ya kusudi lako. Hapo Shetani alipanda mbegu zake za shaka na kuwajaribu wazazi wetu wa kwanza kwa tamaa ya mwili na akili. Huko alipanda mbegu ya uasi na kuwapa Adamu na Hawa changamoto waachane na Muumba wao na kuwa miungu yao wenyewe.

Baba, tusaidie kujifunza kutokana na historia. Tusaidie tuone kwamba anguko hili ndilo lililosababisha matatizo yote tunayopitia leo. Fungua macho yetu kuona jinsi mbegu hiyo ya uasi iliyopandwa katika udongo wa Babeli inavyoendelea kuathiri watu ulimwenguni kote leo. Asante kwa kumtuma Mwanao Yesu kugeuza laana ya dhambi. Asante kwamba laana ya Babeli inaweza kuvunjwa katika nafsi ya Mwanao na kazi yake juu ya msalaba wa Kalvari.

Sura ya 2- Babeli Baada Ya Gharika

Katika sura ya kwanza, tuliona kwamba inaelekea Bustani ya Edeni likuwa huko Mesopotamia katika eneo linaloitwa Babiloni. Katika bustani hiyo, Adamu na Hawa, wakiwa wamejaribiwa na Shetani, walichagua kuasi mamlaka ya Mungu. Uovu ulioanzia hapo ungeongezeka katika miaka ijayo. Mwanzo 6 inaelezea hali za wakati wa Nuhu na mwitikio wa Bwana kwa masharti hayo:

> 5 Bwana akaona ya kuwa maovu ya mwanadamu ni makubwa duniani na kwamba kila kusudi analowaza moyoni mwake ni baya tu sikuzote. 6 Bwana akaghairi kwa kuwa amemfanya mwanadamu duniani, akahuzunika moyo. 7Bwana akasema, Nitamfutilia mbali mwanadamu niliyemwumba usoni pa nchi; mwanadamu na mnyama, na kitambaacho na ndege wa angani; kwa maana naghairi ya kwamba nimewafanya. (Mwanzo 6)

Bwana Mungu aliona undani wa dhambi ndani ya moyo na akili ya mwanadamu - "kila kusudi la mawazo ya moyo wake lilikuwa baya tu sikuzote" (Mwanzo 6:5). Kwa sababu hiyo, Aliamua kuangamiza kila chenye mwili kutoka duniani. Nuhu tu na familia yake ndio wangebaki. Mwanzo 6-8 inasimulia hadithi ya gharika kuu iliyoangamiza viumbe vyote vilivyo hai duniani isipokuwa Nuhu, familia yake, na wanyama waliokuja nao kwenye safina.

Maji ya gharika yalipopungua, Mungu alimtokea Nuhu na familia yake na kuwaagiza wazae na kuijaza dunia:

> 1 Mungu akambariki Nuhu na wanawe, akawaambia, Zaeni, mkaongezeke, mkaijaze nchi. (Mwanzo 9)

Kupitia Nuhu na wazao wake, ulimwengu kama tujuavyo ungekaliwa tena.

Tunapokuja kwenye Mwanzo 11, tunagundua kwamba familia ya Nuhu iliondoka mahali ambapo safina ilitua na kusafiri hadi uwanda katika nchi ya Shinari:

> 2 Ikawa watu waliposafiri pande za mashariki waliona nchi tambarare katika nchi ya Shinari; wakakaa huko. (Mwanzo 11)

Swali tunalohitaji kushughulikia hapa linahusu eneo la Shinari na kwa nini ni muhimu kwa mada ya kitabu hiki?

The International Standard Bible Encyclopaedia ina haya ya kusema kuhusu Shinari:

> Jina lililopewa, katika rekodi za mapema zaidi za Kiebrania, kwa Babeli, ambayo baadaye iliitwa Babeli, au nchi ya Babeli (bābhel, 'erec bābhel). Katika Mwa 10:10 ni wilaya ambayo ililala Babeli, Ereki, Akadi, na Kalne, miji ambayo ilikuwa "mwanzo" wa ufalme wa Nimrodi. Katika Mwa 11:2 Shinari inaelezewa kama nchi ya tambarare ambapo wahamiaji kutoka Mashariki walikaa, na kuanzisha Babeli, mji, na mnara wake mkubwa.

"The International Standard Bible Encyclopedia." Marion, IA: Laridian, Inc., 2017. Kitabu hiki kiko kwa umma. Hakimiliki ya faili za kielektroniki © 2017 na Laridian, Inc. Haki zote zimehifadhiwa.

Shinari ilikuwa katika eneo la Babeli. Tuna marejeo ya wazi kwa hili tunapolinganisha Danieli 1:2 na 2 Mambo ya Nyakati 36:6 . Danieli anatuambia kwamba Yehoyakimu alichukuliwa na Nebukadneza na kuletwa katika nchi ya Shinari:

Katika mwaka wa tatu wa kutawala kwake Yehoyakimu mfalme wa Yuda, Nebukadneza mfalme wa Babeli alikuja Yerusalemu na kuuzingira. 2 Mwenyezi-Mungu akamtia Yehoyakimu mfalme wa Yuda mkononi mwake, pamoja na baadhi ya vyombo vya nyumba ya Mungu. Kisha akavileta mpaka inchi ya Shinari, kwenye nyumba ya mungu wake, na vyombo hivyo akaviweka katika hazina ya mungu wake. (Danieli 1)

2 Mambo ya Nyakati 36 inabainisha mahali pa utumwa wa Yehoyakimu kama Babeli:

5 Yehoyakimu alikuwa na umri wa miaka ishirini na mitano alipoanza kutawala; akatawala katika Yerusalemu miaka kumi na mmoja; akafanya yaliyo mabaya machoni pa Bwana, Mungu wake. 6 Juu yake akakwea Nebukadreza, (2 Mambo ya Nyakati 36)

Tunaelewa kutokana na hili kwamba nchi ya Shinari na Babeli zilikuwa sawa.

Baada ya kuhitimisha kwamba Shinari iko katika eneo la Babeli, inatuangukia sasa kuona kile kilichotukia katika uwanda huo wenye rutuba baada ya gharika. Mwanzo 11 inatuambia kwamba wale ambao Mungu aliwaagiza waijaze dunia waliazimia kupuuza amri ya Mungu, wakichagua badala yake kukaa Shinari na kujenga jiji lenye mnara ambao ungefika mbinguni.

4 Habili naye akaleta wazao wa kwanza wa wanyama wake na sehemu zilizonona za wanyama. Bwana akamtakabali Habili na

sadaka yake; (Mwanzo 4)

Wazao wa Noa walitaka kujipatia jina na kwa uasi wakapuuza amri ya Mungu ya kuijaza dunia. Kwa kujibu, Mungu alichanganya lugha yao na kuwatawanya kutoka Shinari juu ya uso wa dunia. Eneo la Shinari ambako mnara na jiji lilijengwa lingejulikana kama Babeli:

9 Kwa sababu hiyo jina lake likaitwa Babeli; maana hapo ndipo Bwana alipoichafua lugha ya dunia yote; na kutoka huko Bwana akawatawanya waende usoni pa nchi yote. (Mwanzo 11)

Acha nichukue muda kuweka vipande hivi pamoja. Shinari, ambapo wazao wa Nuhu walikaa baada ya gharika, ilikuwa katika eneo la Babeli. Uwanda huo wenye rutuba uliivuta familia ya Nuhu mbali na kusudi la Mungu. Badala ya kuenea ili kuijaza dunia, waliazimia kufurahia baraka za Shinari. Huko katika ardhi ya Babiloni, wanapuuza kusudi la Mungu la kujifanyia jina badala yake. Kiburi cha macho yao, tamaa ya mwili na uwezekano wa kuwa "kama Mungu" (ona Mwanzo 3:5) yalikuwa majaribu makubwa sana kuyapinga. Huko Shinari, walijitenga na amri ya Mungu ya kuamua hatima yao wenyewe.

Kwa mara nyingine tena, Babeli inakuwa mahali pa majaribu na uasi dhidi ya Mungu na kusudi Lake. Uwanda tajiri wa Shinari uliwapatia kila walichotaka. Wakastarehe na wanenepesha baraka zake. Hawakuwa na tamaa ya kuijaza dunia, kama Mungu alivyoamuru.

Mji na mnara walioujenga ukawa ishara ya kiburi cha binadamu na hamu ya kujitegemea kutoka kwa Mungu. Huko Shinari, wazao wa Noa walichukua msimamo dhidi ya Mungu. Walithubutu kuupinga ubwana Wake juu ya maisha yao. Waliamua, badala yake, kufuata njia yao wenyewe na kuchukua udhibiti wa hatima yao wenyewe.

Kwa mara nyingine tena, tunaona jinsi Babeli inavyokuwa ishara ya uhuru wa mwanadamu na upendo wa faraja, mali, na ufanisi.

Maombi:

Baba, tunakiri kwamba kuna mvuto wa dhambi na uasi ndani ya kila mmoja wetu. Tunafahamu asili ya dhambi ambayo inatamani kujitegemea na kuamua hatima yake yenyewe. Na tukumbuke vivutio vya Babeli pamoja na starehe na urahisi wake wote. Utuzuie tusijiinue juu Yako na mpango wako wa maisha yetu. Matamanio ya mioyo yetu yawe kutimiza kusudi lako katika maisha yetu. Utupe neema ya kutembea katika kusudi hilo, haijalishi ni vigumu kiasi gani. Utupe neema ya kupinga majaribu ya Babeli.

Sura ya 3 - Ibrahimu Na Babeli

Tunatoka kwa Nuhu na uzao wake hadi kwa Ibrahimu, mtu anayefuata muhimu katika Agano la Kale. Tunakutana na Ibrahimu kwa mara ya kwanza katika Mwanzo 11:

27Na hivi ndivyo vizazi vya Tera. Tera akamzaa Abramu, na Nahori, na Harani. Harani akamzaa Lutu. 28 Harani akafa kabla ya baba yake Tera katika nchi aliyozaliwa, yaani, katika Uru wa Wakaldayo. 29 Abramu na Nahori wakajitwalia wake. Jina la mkewe Abramu aliitwa Sarai, na jina la mkewe Nahori aliitwa Milka, binti Harani, ambaye alikuwa baba wa Milka na wa Iska (Mwanzo 11)

Baba ya Abramu alikuwa Tera. Familia hiyo iliishi Uru ya Wakaldayo. Abramu alipokuwa Uru, Bwana Mungu alizungumza naye na kumwambia aondoke katika nchi yake na kusafiri hadi mahali ambapo angemfunulia. Bwana Mungu aliahidi kumbariki yeye na uzao wake.

1 Bwana akamwambia Abramu, Toka wewe katika nchi yako, na jamaa zako, na nyumba ya baba yako, uende mpaka nchi nitakayokuonyesha; 2 nami nitakufanya wewe kuwa taifa kubwa, na kukubariki, na kulikuza jina lako; nawe uwe baraka; 3 nami nitawabariki wakubarikio, naye akulaaniye nitamlaani; na katika wewe jamaa zote za dunia watabarikiwa. (Mwanzo 12)

Mwanzo 15, Bwana Mungu anathibitisha kwamba Abramu alikuwa akiishi Uru ya Wakaldayo alipomwita:

> 7 Naye akamwambia, "Mimi ni Yehova niliyekutoa kutoka Uru ya Wakaldayo ili nikupe nchi hii uimiliki. (Mwanzo 15)

Kilicho muhimu kwetu kutambua hapa ni eneo la Uru ya Wakaldayo. Vifungu kadhaa vya Agano la Kale vinaweza kufafanua hili kwa ajili yetu. Akizungumza dhidi ya uasi wa Israeli, nabii Ezekieli ana haya ya kusema:

> 14 Naye akaongeza uzinzi wake; kwa maana aliona watu waume, ambao sura zao zimeandikwa ukutani, sura za Wakaldayo zilizoandikwa kwa rangi nyekundu; 15 waliofungiwa mikumbuu viunoni mwao, na vilemba vilivyotiwa rangi vichwani mwao; wote wakuu wa kuangaliwa, kwa mfano wa wana wa Babeli katika Ukaldayo, katika nchi ya kuzaliwa kwao. (Ezekieli 23)

Ona maneno "Wababeli ambao nchi yao ya asili ilikuwa Ukaldayo." Hii inatuonyesha kwamba Ukaldayo ulikuwa Babeli. Ezekieli 11:24-25 inazungumza kuhusu jinsi Roho wa Mungu alivyomchukua Ezekieli katika maono kwa wahamishwa wa Israeli huko Ukaldayo:

> 24 Na roho hiyo ikaniinua, ikanichukua katika maono, kwa nguvu za roho ya Mungu, hata Ukaldayo, kwa watu wale wa uhamisho. Basi maono niliyoyaona yakaniacha. 25 Ndipo nikawaambia watu wa uhamisho habari ya mambo yote aliyonionyesha Bwana (Ezekieli 11)

Tunajua kutokana na Maandiko mengine kwamba watu wa Mungu walipelekwa uhamishoni katika nchi ya Babeli. Ukaldayo na Babeli palikuwa sehemu moja katika mawazo ya Ezekieli.

Ezekieli si nabii pekee aliyetumia maneno ya Kaldayo na Babeli kwa kubadilishana. Nabii Isaya anafanya vivyo hivyo anaposema:

20 Haya, tokeni katika Babeli, Kimbieni kutoka kwa Wakaldayo; Hubirini kwa sauti ya kuimba, tangazeni haya, Yatamkeni mpaka mwisho wa dunia, semeni, Bwana amemkomboa mtumishi wake, Yakobo. (Isaya 48)

Pia zingatia maneno ya Yeremia:

8 Kimbieni kutoka kati ya Babeli, mkatoke katika nchi ya Wakaldayo, mkawe kama mabeberu mbele ya makundi.. (Yeremia 50)

24 Nami nitamlipa Babeli, na wote wakaao ndani ya Ukaldayo, mabaya yao yote, waliyoyatenda katika Sayuni mbele ya macho yenu, asema Bwana (Yeremia 51)

35 Udhalimu niliotendwa mimi, na uliotendwa mwili wangu, umpate Babeli; ndivyo atakavyosema yeye akaaye Sayuni; na Yerusalemu atasema, Damu yangu na iwe juu yao wakaao katika Ukaldayo. (Yeremia 51)

Katika vifungu hivi vitatu kutoka kwa Yeremia, nabii anazungumza juu ya Babeli na Wakaldayo kama taifa moja. Kunaweza kuwa na shaka kidogo kwamba Abramu na familia yake walitoka Babeli.

Babeli ilikuwa mahali panapowezekana pa Bustani ya Edeni, ambapo Mungu alianza kufunua kusudi lake kwa wanadamu. Ilikuwa pia mahali ambapo wazao wa Nuhu walihamia baada ya gharika. Babeli ilikuwa mahali pa mwanzo mpya. Haya ndiyo tunayoyaona hapa katika maisha ya Ibrahimu. Mungu alimchagua alipokuwa Uru wa Wakaldayo na kumwita kuwa baba wa taifa jipya chini ya baraka zake - taifa la Israeli.

Babeli ilikuwa mahali pa anguko la Adamu na Hawa. Ilikuwa pia mahali pa uasi wa wazao wa Nuhu. Hapa katika Mwanzo 12, tunaona jinsi Mungu anafikia mahali pale pale palipokuwa chanzo cha dhambi na uasi ili kuleta tumaini kwa kuonyesha neema na kibali kwa familia moja. Baraka ya Mungu ingekuwa juu ya Abramu na familia yake, lakini haingekuwa katika nchi ya Babeli. Mungu alichagua kumwondoa Abramu kutoka Uru na kumleta katika nchi nyingine ili kumwaga neema yake juu yake. Neema ya Mungu ingeondolewa katika nchi ya uasi na dhambi.

Wakati Abramu aliondoka katika nchi ya Babeli, tuna ushahidi wa Babeli kuendelea kumsumbua yeye na familia yake. Baraka za Mungu katika maisha ya Abrahamu zilikuwa nyingi sana hivi kwamba ilifika wakati ambapo hapakuwa na nafasi yoyote katika nchi kwa ajili ya Abrahamu na mpwa wa Loti. Kwa hivyo, waliamua kutengana. Loti alichagua Bonde lenye rutuba la Yordani na kukaa katika eneo la Sodoma.

Katika Mwanzo 14, tunasoma:

1 Ikawa siku za Amrafeli mfalme wa Shinari, na Arioko mfalme wa Elasari, na Kedorlaoma mfalme wa Elamu na Tidali mfalme wa Goimu, 2 walifanya vita na Bera mfalme wa Sodoma na Birsha mfalme wa Gomora, na Shinabu mfalme wa Adma, na Shemeberi mfalme wa Seboimu, na mfalme wa Bela, ndio Soari. (Mwanzo 14)

Angalia kinachoendelea hapa. Loti alipokuwa akiishi Sodoma, muungano wa wafalme wanne walifanya vita na Sodoma, Gomora, Adma, Seboimu na Soari. Mwanzo 14:11-12 inatuambia kwamba washambuliaji walimiliki Sodoma na Gomora. Wakamteka Lutu na kumpokonya mali yake yote.

11 Wakachukua mali zote za Sodoma na Gomora na vyakula vyao vyote, wakaenda zao. 12 Wakamtwaa Lutu, mwana wa nduguye Abramu, aliyekaa huko Sodoma, na mali yake, wakaenda zao..

(Mwanzo 14)

Mwanzo 14:1 inatuambia kwamba mmoja wa wafalme waliohusika katika kutekwa kwa Sodoma na Gomora na kutekwa kwa Lutu alikuwa Amrafeli, mfalme wa Shinari. Tayari tumeshaamua katika sura ya mwisho kwamba Shinari ilikuwa katika eneo la Babeli. Mungu alipokuwa amemwondoa Abramu kutoka Babeli, Babeli iliifuata familia yake. Kuna masomo kadhaa ambayo tunapaswa kujifunza kutoka kwa sura hii.

Angalia kwanza kwamba Mungu alikutana na Abramu katika nchi ya uasi na dhambi. Mungu alinyoosha mkono wake na kuchagua familia kutoka Babeli kuleta baraka kwa dunia nzima. Kupitia mtu huyu mmoja, taifa la Israeli lilizaliwa. Kupitia Israeli, Mwokozi wa ulimwengu alikuja.

Angalia pili kwamba Mungu alimwondoa Abramu kutoka Babeli ili kumwaga baraka zake juu yake. Abramu alipaswa kuwa tayari kukubali mwito wa Mungu kuondoka katika nchi ya dhambi na uasi ili baraka za Mungu zipatikane katika maisha yake. Hiyo ilimaanisha kuacha marafiki na majirani. Ilihitaji kuamini neno ambalo Mungu amesema naye. Hatimaye ilidai kujitolea kwa Abramu kumfuata Bwana katika njia yoyote ambayo alimchukua. Hii ilikuwa hatua kubwa ya imani kwa Abramu na familia yake.

Hatimaye, ona kwamba Abramu alipokuwa akiondoka Babeli, Babeli ingeendelea kuwa suala muhimu katika maisha ya familia yake. Mpwa wa Abrahamu angekamatwa na mfalme wa Babeli na kupokonywa mali zake zote. Angalia, hata hivyo, jibu la Ibrahimu kwa utumwa wa Loti.

14 Abramu aliposikia ya kwamba nduguye ametekwa mateka, akawapa silaha vijana wake, waliozaliwa katika nyumba yake,

watu mia tatu na kumi na wanane, akawafuata mpaka Dani. 15 Akajipanga apigane nao usiku, yeye na watumwa wake, akawapiga, akawafukuza mpaka Hoba, ulioko upande wa kushoto wa Dameski. 16 Naye akarudisha mali zote, akamrudisha na Lutu nduguye na mali zake, na wanawake pia, na watu. (Mwanzo 14)

Akichukua wanaume 318 tu waliozoezwa pamoja naye, Abrahamu alifuata jeshi lililomchukua Loti mateka. Mungu akampa ushindi juu yao, naye akamwokoa Loti kutoka mikononi mwao na kurudisha mali yake. Wakati Babeli iliifuata familia ya Loti katika nafsi ya Amrafeli, mfalme wa Shinari, Bwana Mungu aliyemchukua kutoka Uru alikuwa mkuu kuliko jeshi lolote la adui. Babeli na washirika wake wote hawakuweza kumvua Abrahamu na familia yake baraka ambayo Mungu alikuwa ameahidi.

Maombi:

Mungu Baba, nakushukuru kwa kuwa wewe ni mwenye neema na rehema. Asante kwamba uliniokoa kutoka katika nchi ya uasi na dhambi. Umenibariki na kuniweka huru kutoka kwa mshiko wa Babeli katika maisha yangu. Asante kwa kunifikia katika dhambi yangu na kuniita kwenye baraka zako. Ninakuomba ulinde familia yangu na mimi kutokana na dhambi na uasi unaotaka kutujaribu na kutufanya watumwa. Ninakushukuru kwa mfano katika maisha ya Ibrahimu wa nguvu ya imani ya kumshinda adui huyu mkuu.

Sura ya 4- Isaka Na Babeli

Katika miaka ya mwisho ya Abrahamu, hangaiko lake lilikuwa kwa mwana wake Isaka. Hakutaka mwanawe aolewe na Wakanaani wanaoishi katika nchi hiyo. Hawakumwabudu Mungu wake bali walitembea katika njia za kipagani. Ibrahimu alielewa kwamba baraka za Mungu zingemwangukia mwanawe, na hivyo hakutaka ajaribiwe na njia za Wakanaani na kumwacha Mungu mmoja wa kweli.

Akimwita mtumishi wake aliyetumainiwa zaidi, Abrahamu alimpa kazi ya kurudi katika nchi ya asili yake ili kumtafutia Isaka, mwana wake mke. Mwanzo 24:10 inatuambia kwamba mtumishi wa Abrahamu alienda Mesopotamia (eneo la Babeli) ili kumtafutia Isaka mke.

10 Kisha huyo mtumishi akatwaa ngamia kumi katika ngamia za bwana wake akaenda zake, maana mali zote za bwana wake zilikuwa mkononi mwake, akaondoka, akaja mpaka Mesopotamia, mpaka mji wa Nahori. (Mwanzo 24)

Kwa mara nyingine tena, tunaona uhusiano na Babeli. Ingawa Isaka alizuiliwa na uvutano wa mke mpagani Mkanaani, uhusiano wake na mke wa Kibabi haukuwa na matatizo. Mtumishi wa

Abrahamu alipofika Mesopotamia, alikutana na msichana mdogo anayeitwa Rebeka. Rebeka alikuwa mjukuu wa Nahori, ndugu ya Ibrahimu (Mwanzo 24:15). Angekuwa mke wa Isaka.

Mungu angempa Isaka na Rebeka wavulana wawili kwa majina ya Yakobo na Esau. Wavulana hawa walikuwa tofauti sana katika utu. Esau akawa mwana kipenzi wa Isaka, huku Rebeka akimpendelea Yakobo. Mwanzo 25:29-34 inasimulia jinsi Yakobo alivyomtumia vibaya ndugu yake wakati wa uhitaji na kupata haki yake ya kuzaliwa.

Katika uzee wake, Isaka aliamua kwamba atambariki Esau mwana wake. Rebeka aliposikia hivyo, aliamua kumdanganya mumewe ili ampe Yakobo badala yake. Esau alipokuwa akiwinda nyama ya mnyama, Rebeka alimwandalia Isaka chakula, akamfanya Yakobo mwanawe kuwa wa kawaida, na kumwambia ajifanye kuwa Esau. Akimsikiliza mama yake, Yakobo alimdanganya baba yake na kupokea baraka za Esau (ona Mwanzo 27:5-13). Tukio hilo lilipogunduliwa, Esau aliazimia kumuua Yakobo mara tu baba yake alipokufa.

Akielewa uzito wa kile alichokifanya, Rebeka alimwambia Yakobo atoroke kwa kwenda kuishi na kaka yake Labani (ona Mwanzo 27:43). Mwanzo 28:5 inatuambia kwamba Yakobo alikwenda Padan-Aramu kukaa na mjomba wake.

5 Basi Isaka akampeleka Yakobo, naye akaenda Padan-aramu, kwa Labani, mwana wa Bethueli, Mshami, ndugu wa Rebeka, mama yao Yakobo na Esau. (Mwanzo 28)

Kwa njia hii, Isaka aliishia katika eneo la Wababeli pamoja na mjomba wake Labani.

Maisha ya Yakobo huko Mesopotamia hayakuwa rahisi. Alipoomba ruhusa ya kumwoa Raheli, binti ya Labani, Labani alimdanganya usiku wa arusi yake na badala yake akampa Lea binti yake mkubwa. Yakobo alilazimika kufanya kazi kwa miaka mingi ili kumpata Raheli awe mke wake wa pili.

Mgogoro kati ya Raheli na Lea ungemchosha Yakobo. Mara nyingi Lea alihisi hapendwi na aligombana na dada yake alipokuwa akishindania uangalifu wa Yakobo.

Sikiliza maelezo ya Yakobo ya uhusiano wake wa kikazi na Labani, baba mkwe wake:

38 Miaka hii ishirini nimekaa kwako; kondoo zako wala mbuzi zako wake hawakuharibu mimba wala waume katika wanyama wako sikuwala. 39 Kilichoraruliwa na hayawani sikukuletea, mimi mwenyewe nimetwaa hasara yake, wewe umekidai katika mkono wangu, ikiwa kilichukuliwa mchana, au ikiwa kilichukuliwa usiku. 40 Hii ilikuwa hali yangu; mchana jua likanipata, na baridi usiku, usingizi ukanitoka machoni mwangu. 41 Miaka hii ishirini nimekaa nyumbani mwako; nilikutumikia miaka kumi na minne kwa binti zako wawili, na miaka sita kwa wanyama wako, nawe umebadili mshahara wangu mara kumi. 42 Kama Mungu wa baba yangu, Mungu wa Ibrahimu na Hofu ya Isaka, hangalikuwa pamoja nami, hakika sasa ungalinifukuza mikono mitupu. Mateso yangu na kazi za mikono yangu Mungu ameziona, akakukemea usiku huu. (Mwanzo 31)

Baba-mkwe wa Yakobo alimtumia vibaya. Unyanyasaji huo ulikuwa mkubwa hivi kwamba Yakobo aliazimia kuchukua wake zake na mali zake na kutorokea nchi ya Isaka baba yake. Elewa hapa kwamba Yakobo alijua ndugu yake Esau anataka kumuua. Hata hivyo, alikuwa tayari kuhatarisha maisha yake, badala ya kukaa chini ya ukandamizaji wa baba-mkwe wake.

Inafaa kukumbuka kwamba walipoepuka uonevu wa Labani, Raheli aliiba miungu ya nyumba yake, akaipakia pamoja na vitu vyake ili aende nayo kwenye makao yake mapya. Sanamu hizo za kipagani zilirudi kutoka Babiloni pamoja naye ili kuwa sehemu ya makao yao mapya.

Tunaona hapa uhusiano wa Yakobo na nchi ya Babeli. Alifukuzwa huko kwa sababu ya ushawishi wa mama wa Mesopotamia. Mjomba wake na baba mkwe wake kutoka Padan-Aramu walimdhulumu na kumnyang'anya. Wake aliowapata kutoka eneo hili waligombana na kusababisha migogoro ya kifamilia. Mke wake kipenzi, Raheli, aliingiza sanamu za kipagani katika familia yake na kuzirudisha pamoja naye katika nchi ya Ahadi.

Ushawishi wa Babeli katika familia ya Yakobo ulikuwa wa hila sana. Ilimchosha na kumkandamiza katika maisha yake yote. Ilisababisha mzozo mkali wa familia na mkazo wa kihemko na wa mwili. Kama maumivu makali ya kichwa, Babiloni angemaliza nguvu na uhai wake wa kiroho. Rebeka, mama wa Babeli wa Yakobo, akitaka njia yake, aliinama na kudanganya na kudharau matakwa ya mume wake. Akitaka kuwa tajiri na mashuhuri, Labani alijifaidi kwa njia isiyo ya haki kwa mgongo wa mkwe wake ili kupata utajiri wake.

Babeli inakuwa ishara ya nguvu ya udanganyifu ya utajiri na maslahi binafsi. Inakimbilia kwenye udanganyifu, kutoheshimu, na wizi ili kupata utajiri wake. Ni falsafa ya ubinafsi ya maisha ambayo inasimama kinyume na kusudi la Mungu. Isaka na familia yake waliteswa na ukandamizaji huo.

Maombi:

Baba, tunaona ushawishi wa Babeli katika siku zetu. Falsafa hii ya hila inakuza maslahi binafsi zaidi ya kusudi Lako. Tunaona matokeo yake katika ulimwengu wetu wa kilimwengu lakini pia katika kanisa la siku zetu. Tunaomba kwamba ungevunja kiburi katika mioyo yetu ambacho kinainua maslahi yetu juu ya wengine. Ondoa tamaa yetu ya mamlaka, utajiri, na ushawishi. Vunja roho ya Babeli katika makanisa yetu na maisha yetu ya kibinafsi ili tuweze kuishi kwa utimilifu wa kusudi lako.

Sura ya 5- Balaamu Na Babeli

Watu wa Mungu waliishi kama watumwa huko Misri baada ya kifo cha Yusufu. Mungu aliinua mkombozi kwa Jina la Musa ili kuwaweka huru. Musa aliwaongoza watu wake jangwani kuelekea nchi ambayo Mungu alikuwa amemwahidi Abrahamu.

Licha ya kutangatanga jangwani, Israeli walifanikiwa chini ya uongozi wa Musa. Walishinda kila taifa lililowapinga na kusudi la Mungu. Wamoabu waliona baraka hii, na Israeli walipokaribia mipaka yao, Hesabu 22:3 inaeleza jinsi walivyoitikia:

> 1 Kisha wana wa Israeli wakasafiri na kupanga katika nchi tambarare za Moabu ng'ambo ya pili ya Yordani karibu ya Yeriko. 2 Na Balaki mwana wa Sipori akaona mambo yote ambayo Israeli wamewatendea Waamori. 3 Moabu akawaogopa hao watu sana, kwa kuwa walikuwa wengi; Moabu akafadhaika kwa sababu ya wana wa Israeli. (Hesabu 22)

Moabu 'aliingiwa na woga mwingi' na 'kushikwa na woga. Kwa kuogopa yale ambayo yangewapata na kutambua kwamba hawangeweza kushindana nao katika vita, Wamoabu waliamua kwamba jambo bora zaidi ni kuwalaani Waisraeli. Hesabu 22:4-6 inatuonyesha hasa jinsi walivyokusudia kufanya hivi:

> 4 Moabu akawaambia wazee wa Midiani, Sasa jeshi hili la watu litaramba vitu vyote vinavyotuzunguka, kama vile ng'ombe arambavyo majani ya mashamba. Na Balaki, mwana wa Sipori, alikuwa mfalme wa Moabu zamani zile. 5 Basi akatuma wajumbe kwa Balaamu mwana wa Beori, hata Pethori, ulio kando ya Mto, mpaka nchi ya wana wa watu wake, kwenda kumwita, akisema, Tazama, kuna watu waliotoka Misri; tazama, wanaufunika uso wa nchi, tena wanakaa kunikabili mimi. 6 Basi, njoo wewe, nakusihi unilaanie watu hawa; maana wana nguvu kunishinda mimi. Labda nitawaweza, tupate kuwapiga, niwafukuze watoke katika nchi yangu, kwa maana najua ya kuwa yeye umbarikiye hubarikiwa, na yeye umlaaniye hulaaniwa." (Hesabu 22)

Balaki wa Moabu alituma wajumbe kwa nabii aliyeitwa Balaamu. Hesabu 22:5 inatuambia kwamba Balaamu aliishi Pethori, "karibu na Mto wa katika nchi ya watu wa Amawu." Maelezo ya chini katika Biblia ya Kiingereza Standard Version yanatuambia kwamba mto unaorejelewa hapa ni Mto Euphrates. Mahali hapa panathibitishwa katika Kumbukumbu la Torati 23:4 ambapo inasema:

> 3 Mwamoni wala Mmoabi wasiingie katika mkutano wa Bwana; wala hata kizazi cha kumi mtu wao asiingie katika mkutano wa Bwana milele; 4 kwa sababu hapo mlipotoka Misri hawakuwalaki na chakula wala maji njiani; na kwa kuwa walimwajiri juu yako Balaamu mwana wa Beori kutoka Pethori iliyo Mesopotamia, aje akuapize(Kumbukumbu la Torati 23)

Kumbukumbu la Torati 23:4 inatuambia kwamba Balaamu alitoka Pethori ya Mesopotamia - eneo la Babeli. Mfalme Balaki aliajiri nabii mpagani wa Mesopotamia ili awalaani Israeli.

Mungu alizungumza na Balaamu na kumwonya asiwalaani Waisraeli. Balaamu alikuwa mwaminifu kwa amri ya Mungu na alichagua badala yake kubariki taifa la Israeli kwa kufadhaika kabisa kwa Balaki, ambaye alimwajiri.

Ingawa Baalamu alionekana kuwa rafiki kwa juu juu, inafurahisha kuona kile kilichotokea kwa Israeli mara tu Balaamu alipoondoka. Sikiliza maneno ya Hesabu 25:1-3:

1Waisraeli walipokuwa wakiishi Shitimu, watu walianza kufanya uasherati na binti za Moabu.

2 kwa kuwa waliwaalika hao watu waende sadakani, sadaka walizowachinjia miungu yao; watu wakala chakula, wakaisujudu hiyo miungu yao. (Hesabu 25)

Balaamu alipoondoka katika eneo hilo, wanaume wa Israeli walianza 'kuzini na binti za Moabu' na kutoa dhabihu kwa miungu yao. Israeli waliangukia katika ibada ya mungu wa kipagani Baali, na kuwasha hasira ya Mungu dhidi yao.

Ingawa ni vigumu katika Hesabu 25 kuunganisha uasi wa Israeli dhidi ya Mungu na Balaamu katika kifungu hiki, uhusiano ni dhahiri katika Ufunuo 2:14. Akizungumza na kanisa la Pergamo, Bwana anasema:

14 Lakini ninayo maneno machache juu yako, kwa kuwa unao huko watu washikao mafundisho ya Balaamu, yeye aliyemfundisha Balaki atie ukwazo mbele ya Waisraeli, kwamba wavile vitu vilivyotolewa sadaka kwa sanamu, na kuzini (Ufunuo 2)

Bwana alikemea kanisa la Pergamo kwa sababu waliangukia katika mafundisho ya Balaamu. Bwana aliliambia kanisa kwamba Balaamu alimfundisha Balaki jinsi ya kuweka kikwazo mbele ya Israeli, kwa hiyo wakala chakula kilichotolewa sadaka kwa sanamu na kushiriki katika uasherati.

Wakati Balaamu alimtii Bwana na kukataa kuwalaani Waisraeli, aliwaambia Wamoabu jinsi ya kuwapotosha Israeli na kuwafanya waanguke chini ya hasira ya Mungu. Matokeo yalikuwa mabaya sana kwa taifa la Israeli.

Kusoma kwa haraka hadithi ya Balaamu kunaweza kutufanya tuamini kwamba alikuwa nabii mwaminifu wa Mungu ambaye aliwabariki watu wa Israeli licha ya shinikizo kubwa la kuwalaani. Angeweza kuonekana kwa urahisi kuwa rafiki wa Israeli. Ukweli, hata hivyo, ulikuwa tofauti kabisa. Balaamu alikuwa adui mkubwa wa Israeli. Ingawa aliwabariki hadharani, alimfundisha adui yao jinsi ya kuwashinda.

Balaamu alitumia tamaa ya mwili kuwajaribu Israeli. Hakufanya hivi mwenyewe bali aliweka akilini mwa Balaki kufanya hivyo. Alifanya kwa siri kuwaangamiza watu wa Mungu huku akionekana kama shujaa wao.

Wamoabu walipotaka kuwashinda watu wa Mungu, walimwita nabii kutoka Babeli. Alikuja na kuwafundisha kwa siri jinsi ya kuwavuta watu wa Mungu katika dhambi kupitia uasherati na ibada ya sanamu. Kwa mara nyingine tena, tunaona ushawishi wa Babeli katika maisha ya Israeli. Mungu alikuwa amemtoa Ibrahimu kutoka katika taifa hilo, lakini Israeli hawakuwa huru kutokana na majaribu yake.

Ufunuo 2 inatuambia kwamba Balaamu alimwelekeza Balaki jinsi ya kuwafanya Israeli wajikwae kwa njia mbili. Kwanza kwa kuwajaribu kwa uasherati, na pili kwa kuwashawishi kula vyakula vilivyotolewa sadaka kwa sanamu. Uasherati hauhitaji maelezo. Nataka kusema neno, hata hivyo, kuhusu vyakula vilivyotolewa sadaka kwa sanamu.

Chakula ambacho kilitolewa dhabihu kwa sanamu kilitolewa kwa miungu lakini kisha kukatwa na kuuzwa au kupewa majirani wale. Walipokuwa wakila, walisherehekea miungu hiyo na kufurahia matunda ya desturi hizo za kipagani.

Ingawa mtazamo wetu hapa sio juu ya nyama iliyotolewa kwa miungu, kuna kanuni ningependa kuchukua kutoka kwa mfano huu. Je, mwamini anapaswa kuitikiaje wimbo wa kilimwengu unaohimiza maisha mapotovu? Namna gani sinema au kitabu kinachotumia ukosefu wa adili kuburudisha? Je, aina hizi za burudani hazihimii mtindo wa maisha usiotoka kwa Mungu? Je, hatuli nyama iliyotambikiwa sanamu kwa kusikiliza na kuburudishwa na ukosefu wa adili wa aina hizi za burudani?

Ushawishi wa Babeli ni wa hila sana. Kama Balaamu, Babiloni hutuburudisha na kutufanya tujisikie vizuri, lakini hatimaye itatuangamiza. Chambo chake kimeharibu ushuhuda wa Wakristo wengi na kumaliza huduma nyingi. Katika siku za Balaamu, nabii wa Mesopotamia, ililetia hasira ya Bwana juu ya taifa Lake teule. Bwana atupe neema ya kupinga majaribu yake leo.

Maombi:

Bwana Mungu, tunaona katika mfano wa Balaamu wa Mesopotamia jinsi alivyoonekana kama rafiki wa watu wako lakini alikuwa adui mwerevu sana. Balaamu alimfundisha adui jinsi ya kuwapotosha watu wako kwa uasherati na ibada ya sanamu. Ushawishi wake unabaki hadi leo. Falsafa ya Babeli inaendelea kutujaribu. Utupe neema ya kupinga mvuto wake. Tufundishe jinsi ya kutambua ushawishi wake wa hila katika kanisa letu na hatari inayoleta katika huduma yetu na maisha ya kibinafsi.

Sura ya 6- Yoshua Na Babeli

Baada ya kifo cha Musa, Bwana alimchagua Yoshua kuwaongoza watu wake kuingia katika Nchi ya Ahadi. Katika Yoshua 1:1-6, unasoma agizo la Bwana kwa Yoshua:

1 Ikawa baada ya kufa kwake Musa, mtumishi wa Bwana, Bwana akamwambia Yoshua, mwana wa Nuni, mtumishi wa Musa, akasema, 2 Musa mtumishi wangu amekufa; haya basi, ondoka, vuka mto huu wa Yordani; wewe na watu hawa wote, mkaende hata nchi niwapayo wana wa Israeli. 3 Kila mahali zitakapopakanyaga nyayo za miguu yenu, nimewapa ninyi, kama nilivyomwapia Musa. 4 Tangu jangwa hili na mlima huu, Lebanoni, mpaka mto ule mkubwa, mto wa Frati, nchi yote ya Wahiti, tena mpaka bahari ile kubwa upande wa machweo ya jua, hapo ndipo patakapokuwa mpaka wenu. 5 Hapatakuwa mtu ye yote atakayeweza kusimama mbele yako siku zote za maisha yako; kama nilivyokuwa pamoja na Musa, ndivyo nitakavyokuwa pamoja na wewe; sitakupungukia wala sitakuacha. 6 Uwe hodari na moyo wa ushujaa, maana ni wewe utakayewarithisha watu hawa nchi hii niliyowaapia baba zao ya kwamba nitawapa. (Yoshua 1)

Katika mistari hii, Bwana Mungu aliahidi kumpa Yoshua kila mahali nyayo za mguu wake. Hakuna mtu ambaye angeweza kusimama dhidi yake katika vita. Bwana alimhakikishia kwamba hatamwacha wala hatamwacha na kwamba ataimiliki nchi ya Kanaani. Mungu angekuwa pamoja na Yoshua kama vile alivyokuwa pamoja na Musa.

Ushahidi wa uwepo wa Bwana haukuchelewa kuja. Yoshua alipokuwa akijiandaa kuingia Kanaani, Bwana alisema naye.

7 Bwana akamwambia Yoshua, Hivi leo nitaanza kukutukuza mbele ya Israeli wote, wapate kujua ya kuwa mimi nitakuwa pamoja na wewe, kama nilivyokuwa pamoja na Musa. 8 Nawe uwaamuru hao makuhani walichukuao sanduku la agano, ukawaambie, Mtakapofika ukingo wa maji ya Yordani, simameni katika Yordani(Yoshua 3)

Kizuizi cha kwanza cha kuingia katika nchi ambayo Mungu alikuwa ameahidi kwa Israeli kilikuwa ni Mto Yordani. Taifa zima lilipaswa kuvuka mto huu, na Mungu alikuwa na mpango kwa hili. Alimwambia Yoshua awatume makuhani, wakibeba sanduku la agano mbele ya watu. Mara tu miguu ya kuhani ilipotulia katika Yordani, mto huo uliacha kutiririka na kuandaa njia kwa taifa kuvuka. (ona Yoshua 3:13)

Kilichotokea siku hiyo kilithibitisha kuwa uwepo wa Bwana Mungu ulikuwa pamoja na watu walipokuwa wanasonga mbele juu ya Wakanaani. Habari za tukio hilo zilizua hofu katika mioyo ya wakazi wa nchi hiyo. Walijua uwepo wa Mungu ulikuwa pamoja na Israeli.

Mojawapo ya majiji ya kwanza kuliteka lilikuwa jiji la Yeriko. Mungu alimwonyesha Yoshua jinsi ushindi huo ungetukia. Makuhani saba wangebeba sanduku la agano na kuzunguka jiji hilo wakipiga tarumbeta. Jeshi lilipaswa kutembea kimya kabla na baada ya makuhani hawa. Walipaswa kurudia zoezi hili mara moja kwa siku kwa siku sita (ona Yoshua 6:8-14).

Siku ya saba, walipaswa kuzunguka jiji mara saba. Walipomaliza mzunguko wa saba kuzunguka jiji, makuhani walipaswa kupiga tarumbeta, na watu walipaswa kupiga kelele. Yoshua aliwaambia kwamba Bwana angedhihirisha uwepo wake na kuwapa mji watakapofanya hivyo. Bwana aliwaambia watu kwamba walipaswa kuharibu Yeriko kabisa. Hawakupaswa kuchukua chochote kutoka katika jiji hilo bali kuharibu kila kitu kilichokuwa kikionekana. Isipokuwa tu kwa hii ilikuwa fedha, dhahabu, na shaba. Haya yote yalipaswa kutolewa kwenye hazina ya Bwana:

> 18 Na ninyi, msikose kujiepusha na kitu kilichowekwa wakfu; msije mkakitwaa kitu kilichowekwa wakfu, baada ya kukiweka wakfu; nanyi hivyo mtayafanya matuo ya Israeli kuwa yamelaaniwa na kuyafadhaisha. 19 Lakini fedha yote, na dhahabu, na vyombo vya shaba, na chuma, ni vitakatifu kwa Bwana; vitaletwa katika hazina ya Bwana. (Yoshua 6)

Makuhani walipopiga tarumbeta hiyo ya mwisho, kuta za jiji zilianguka. Jeshi la Israeli likaingia na kuwashinda adui yao, na kuharibu kila kitu kilichokuwa kikionekana.

Kabla ya kuendelea na somo la somo letu, tunahitaji kuona kinachoendelea hapa. Mungu amekuwa akitenda kwa nguvu. Alifungua kimuujiza Mto Yordani ili Israeli wavuke na akazifanya kuta za jiji la Yeriko kuwa tambarare kwa mshangao wa watu wake. Hofu ya Israeli na Mungu wao ilikuwa ikienea katika nchi yote. Mataifa yalijua hayangeweza kushindana na nguvu za Mungu wa Israeli. Hizi zilikuwa siku za kushangaza. Uwepo wa Mungu ulikuwa dhahiri.

Katikati ya kazi hii ya ajabu ya Mungu, tunaona kwa kifupi Babeli inayonyemelea kwenye vivuli. Mmoja wa askari waliokuwepo katika ushindi wa Yeriko alikuwa mwanamume aliyeitwa Akani. Yoshua 7:1

inatuambia kwamba alipuuza amri ya Yoshua ya kuharibu kila kitu na akajitwalia baadhi ya vitu kutoka mjini.

1 Lakini wana wa Israeli walifanya dhambi katika kitu kilichowekwa wakfu; maana Akani, mwana wa Karmi, mwana wa Zabdi, mwana wa Zera, wa kabila ya Yuda, alitwaa baadhi ya vitu vilivyowekwa wakfu; hasira ya Bwana ikawaka juu ya wana wa Israeli.(Yoshua 7)

Yoshua alipotuma watu katika mji uliofuata ili kuipeleleza nchi, walirudi na kutoa taarifa kwamba mji huo ulikuwa mdogo sana kuliko Yeriko na haikuwa lazima kutuma jeshi lote kuuteka (Yoshua 7:3). Yoshua alituma askari elfu tatu kukamata Ai. Hata hivyo, askari hao waliposhambulia, watu wa Ai waliwashinda na kuwafanya wakimbie. Kushindwa huko kuliharibu Yoshua na watu wa Israeli.

Yoshua alimuuliza Bwana kwa nini jeshi lake lilikuwa limeshindwa. Bwana akajibu katika Yoshua 7:10-12, akisema:

10 Bwana akamwambia Yoshua, Haya! Inuka, mbona umeanguka kifudifudi hivi? 11 Israeli wamefanya dhambi, naam, wamelivunja agano langu nililowaagiza; naam, wametwaa baadhi ya vitu vilivyowekwa wakfu; tena wameiba, tena wameficha na kuvitia pamoja na vitu vyao wenyewe. 12 Ndiposa wana wa Israeli hawawezi kusimama mbele ya adui zao; wakawapa visogo adui zao, kwa sababu wamelaaniwa; mimi sitakuwa pamoja nanyi tena, msipokiharibu kitu kile mlicho nacho kilichowekwa wakfu. (Yoshua 7)

Bwana alimfunulia Yoshua kwamba mtu fulani alikuwa amechukua vitu kutoka Yeriko ambavyo vilikuwa vimetolewa kwa uharibifu. Mungu aliendelea kumwambia Yoshua kwamba hangeweza kusimama dhidi ya adui zake hadi atakapolishughulikia jambo hili.

Yoshua mara moja alileta kila kabila, ukoo, na familia mbele yake hadi Bwana alipoweka wazi Akani kama mkosaji. Yoshua alimtaka Akani kukiri kile alichokifanya. Sikiliza ungamo la Akani katika Yoshua 7:20-21:

> 20 Akani akamjibu Yoshua, akasema, Kweli nimefanya dhambi juu ya Bwana, Mungu wa Israeli, nami nimefanya mambo haya na haya. 21 Nilipoona katika nyara joho nzuri ya Babeli, na shekeli mia mbili za fedha, na kabari ya dhahabu, uzani wake shekeli hamsini, basi nalivitamani nikavitwaa; tazama, vimefichwa mchangani katikati ya hema yangu, na ile fedha chini yake. (Yoshua 7)

Siku hiyo, Akani alikiri kwamba alikuwa amechukua shekeli 200 za fedha, kipande cha dhahabu chenye thamani ya shekeli 50 na vazi maridadi lililovutia macho yake.

Ona jambo fulani kuhusu vazi lililoteka jicho la Akani. Alilieleza kuwa "nguo maridadi kutoka Shinari." Lilikuwa vazi la Babeli. Ilivutia macho yake, ikamjaribu, na hatimaye ikaongoza kwenye kifo cha wanajeshi 36 Waisraeli, kufedheheshwa kwa taifa la Israeli na kuondolewa kwa nguvu za Mungu kutoka kwao.

Majaribu ya Babeli yamewafanya wafanyakazi wengi wa Kikristo kupotea katikati ya mafanikio yao makuu. Babeli ilimjaribu Akani kwa utajiri wake na uzuri wake. Hata hivyo, ili kupata utajiri na uzuri huo, alihitaji kukataa amri ya Mungu. Kama Hawa, Akani alikubali tamaa yake na kuleta laana ya Mungu juu yake mwenyewe na taifa lake.

Katikati ya baraka za Mungu, ushindi ulipohakikishiwa na watu wa Mungu walipokuwa wakipata baraka Zake nyingi, vazi hilo la kawaida la Shinari lilivutia uangalifu wa mtu mmoja. Hiyo ndiyo yote ilichukua. Akani alijisalimisha kwa tamaa ya macho yake na kulipa kisogo kusudi la Mungu.

Iliyotawanywa kati ya maelfu ya makala huko Yeriko kulikuwa na vazi moja kutoka Shinari. Nguo hiyo ilikuwa mbaya kama ilivyokuwa nzuri na hatimaye ingechukua uhai wa Akani na familia yake. Ushawishi wa Babeli ni wa hila sana - vazi moja katika magofu ya jiji zima. Kama mtego uliofichwa, uko tayari kufungwa kwa yeyote ambaye atajisalimisha kwa majaribu yake. Inapita kwa utulivu mbele yetu, ikionyesha uzuri na furaha yake. Huvutia macho yetu kwa hila na hutufanya tutafakari hata kwa muda juu ya mvuto wake. Inatabasamu na kutupatia ulimwengu, lakini gharama ni gharama ya maisha na ushuhuda wetu. Vazi la Shinari lilishinda jeshi ambalo hakuna taifa lililothubutu kulipinga.

Maombi:

Baba, tunaona kutoka kwa hadithi ya Akani jinsi ushawishi wa Babeli ulivyo wa hila katika maisha yetu. Tunaona jinsi ingekuwa rahisi kwetu kuanguka kwenye majaribu yake. Babeli iko karibu nasi daima. Tupe utambuzi wa kutambua mvuto wake. Baba, si mara zote tumeweza kupinga majaribu ya Babeli. Utusamehe kwa nyakati ambazo tumejisalimisha kwa uzuri wake wa udanganyifu. Mioyo yetu na iwe sawa na Wewe hivi kwamba mvuto wa Babeli hautuvutii tena.

Sura ya 7- Babeli Katika Wakati Wa Waamuzi

Baada ya kukaa katika nchi ya Kanaani, Israeli ilitawaliwa na mfululizo wa waamuzi. Kipindi hiki cha historia kinafunua ni kiasi gani watu wa Mungu walijaribiwa kugeuka kutoka kwa Bwana na kufuata njia za watu waliowazunguka. Waamuzi 3 inatuambia kwamba Bwana aliwajaribu Israeli ili kuona kama wangetii amri zake. Alifanya hivi kwa kuyaacha mataifa matano katikati yao ili kuthibitisha kujitoa kwao Kwake:

1 Basi haya ndiyo mataifa ambao Bwana aliwaacha, ili awajaribu Israeli kwa hao, yaani, awajaribu hao wote ambao hawakuvijua vita vyote vya Kanaani; 2 ili kwamba vizazi vya wana wa Israeli wapate kujua ili kuwafundisha vita, hasa wao ambao hawakujua vita kabla ya wakati ule; 3 aliwaacha wakuu watano wa Wafilisti, na Wakanaani wote, na Wasidoni, na Wahivi waliokaa katika kilima cha Lebanoni, toka mlima wa Baal-hermoni mpaka kuingia Hamathi. 4 Naye aliwaacha ili awajaribu Israeli kwa hao, apate kujua kwamba watasikiliza amri za Bwana, alizowaamuru baba zao, kwa mkono wa Musa (Waamuzi 3)

Kulingana na kifungu hiki, ilikuwa ni mapenzi ya Mungu "kuwafundisha vita wale ambao hawakuijua kabla" (Waamuzi 3: 2) na "kujua kama Israeli wangetii amri za Bwana" (Waamuzi 3: 4).

Maisha ya Kikristo ni vita dhidi ya asili yetu ya dhambi na ulimwengu unaopingana na kusudi la Mungu. Majaribu ni mengi hapa duniani. Ikiwa tutaenda kukomaa katika kutembea kwetu na Mungu na kukua katika urafiki naye, tunahitaji kuushinda ulimwengu, mwili na shetani. Hii inahitaji vita vya kiroho. Hata Yesu alilazimika kupigana na shetani alipokuwa hapa duniani.

Katika Waamuzi 3, Bwana Mungu alikuwa akiwafundisha watu wake jinsi ya kupigana na adui. Alikuwa akiwaonyesha asili ya vita hivyo kwa ajili ya roho na nafsi zao. Mataifa haya ya kipagani yaliyowazunguka yangewajaribu kutangatanga kutoka kwa kusudi lake, lakini Mungu alikusudia "kufundisha vita kwa wale ambao hawakujua hapo awali" ili waweze kujifunza jinsi ya kumpinga adui na kupata ushindi dhidi ya majaribu na mitego ya dhambi.

Angalia jinsi Waisraeli walivyofanya katika vita hivi:

5 Basi wana wa Israeli wakaketi kati ya Wakanaani; hao Wahiti, na hao Waamori, na hao Waperizi, na hao Wahivi na hao Wayebusi; 6 wakawaoa binti zao, na binti zao wenyewe wakawaoza wana wao waume, na kuitumikia miungu yao. (Waamuzi 3)

Kulingana na Waamuzi 3:6 , Waisraeli walishindwa katika vita hivyo vya kiroho. Hatimaye, walijisalimisha kwa adui kwa njia mbili. Kwanza, walichukua wake wa kigeni na kuwapa binti zao na wana wao kuolewa na familia za kipagani. Pili, walimwacha Mungu wa kweli wa Israeli na kutumikia miungu ya kigeni badala yake. Hii ni picha ya kushindwa. Israeli walimwacha Mungu na kuwa kama mataifa yaliyomzunguka. Waamuzi 3:7 inatoa muhtasari wa kile kilichotokea siku hizo:

7 Wana wa Israeli walifanya yaliyo maovu mbele za macho ya

Bwana, nao wakamsahau Bwana, Mungu wao, nao wakawatumikia Mabaali na Maashtorethi (Waamuzi 3)

Kabla ya kuendelea na majibu ya Mungu, wacha nichukue muda kidogo kutafakari yaliyotokea siku hizo. Ili kufanya hivyo, hebu tumrudie nabii mpagani Balaamu kutoka Mesopotamia. Kuna marejeo matatu kwa Balaamu katika Agano Jipya. 2 Petro 2:15 inazungumza juu yake kama mtu aliyependa faida kutokana na uovu:

15 wakiiacha njia iliyonyoka, wakapotea, wakiifuata njia ya Balaamu, mwana wa Beori, aliyependa ujira wa udhalimu; (2 Petro 2).

Yuda 11 inarudia jambo lile lile inaposema:

11 Ole wao! Kwa sababu walikwenda katika njia ya Kaini, na kulifuata kosa la Balaamu pasipo kujizuia, kwa ajili ya ujira, nao wameangamia katika maasi ya Kora. (Yuda)

Hatimaye, Ufunuo 2 inaongeza kwamba Balaamu aliwafundisha adui wa Israeli jinsi ya kugeuka kutoka kwa Mungu kwa kuwajaribu kwa uasherati na ibada ya sanamu.

14 Lakini ninayo maneno machache juu yako, kwa kuwa unao huko watu washikao mafundisho ya Balaamu, yeye aliyemfundisha Balaki atie ukwazo mbele ya Waisraeli, kwamba wavile vitu vilivyotolewa sadaka kwa sanamu, na kuzini. (Ufunuo 2)

Ona kwamba Yuda anazungumza hasa kuhusu "kosa la Balaamu." Kosa la Balaamu lilikuwa nini? Kulingana na mistari ya Agano Jipya iliyonukuliwa hapo juu, ni utayari wa kumkana Mungu na kanuni za haki ili kutosheleza tamaa ya mwili na macho. Ufunuo 2 inatuambia kwamba Balaamu alimfundisha Balaki, adui wa Israeli, jinsi ya kuweka kikwazo mbele ya watu wa Mungu ili waanguke katika uasherati na ibada ya sanamu.

Hili ndilo hasa lililotendeka katika Waamuzi 3. Watu wa Mungu kwa hiari walimwacha Muumba wao na kanuni za Neno Lake ili kutosheleza tamaa ya miili yao. Walifanya hivyo ili kujinufaisha binafsi pasipo kufikiria kusudi la Mungu wao kwa maisha yao. Walichukua wake wapagani na kuwasalimisha binti zao kwa wanaume wapagani. Hatimaye, walichagua kutumikia miungu ya kipagani na kusujudia sanamu. Walianguka katika kosa la Balaamu.

Waamuzi 3 wanaendelea kutuonyesha jibu la Bwana kwa kile kilichotokea siku hiyo:

> 8 Kwa hiyo hasira za Bwana ziliwaka juu ya Israeli, naye akawauza na kuwatia mikononi mwa Kushan-rishathaimu mfalme wa Mesopotamia; na wana wa Israeli wakamtumikia huyo Kushan-rishathaimu muda wa miaka minane. (Waamuzi 3)

Katika hasira yake, Mungu aliwatia watu wake mikononi mwa mfalme wa Mesopotamia kwa miaka minane. Watu hawa, chini ya Musa, walikuwa wamevunja vifungo vya utumwa huko Misri. Chini ya Yoshua, walikuwa wameshinda mataifa mengi katika Kanaani na kujiimarisha wenyewe kama taifa lenye nguvu. Walianguka, hata hivyo, katika kosa la Balaamu na kulazimishwa kujisalimisha kwa mfalme wa Mesopotamia, nchi ya Balaamu (ona Kumbukumbu la Torati 23:3-4).

Ninapotafakari yaliyotukia katika Waamuzi 3, siwezi kuacha kufikiria maneno ya mtume Paulo katika Warumi 1 :

> 22 Wakijinena kuwa wenye hekima walipumbazika; 23

wakaubadili utukufu wa Mungu asiye na uharibifu kwa mfano wa sura ya binadamu aliye na uharibifu, na ya ndege, na ya wanyama, na ya vitambaavyo. 24 Kwa ajili ya hayo Mungu aliwaacha katika tamaa za mioyo yao, waufuate uchafu, hata wakavunjiana heshima miili yao. 25 Kwa maana waliibadili kweli ya Mungu kuwa uongo, wakakisujudia kiumbe na kukiabudu badala ya Muumba anayehimidiwa milele. Amina. 26 Hivyo Mungu aliwaacha wafuate tamaa zao za aibu, hata wanawake wakabadili matumizi ya asili kwa matumizi yasiyo ya asili; 27 wanaume nao vivyo hivyo waliyaacha matumizi ya mke, ya asili, wakawakiana tamaa, wanaume wakiyatenda yasiyopasa, wakapata nafsini mwao malipo ya upotevu wao yaliyo haki yao (Warumi 1)

Mtume Paulo aliwaambia Warumi jinsi wanaume na wanawake wa siku zao walivyochagua kubadilisha utukufu wa Mungu kwa sanamu zilizoumbwa kwa umbo la ndege, wanyama, na vitambaavyo (Warumi 1:22). Watu hawa walifuata tamaa za mioyo yao na kudharau miili yao kwa tamaa zao mbaya kwa kila mmoja wao (Warumi 1:24-27). Kulingana na Paulo, wangepokea "adhabu inayostahili kwa ajili ya kosa lao" (Warumi 1:27). Kosa lao lilikuwa nini? Tamaa ya mwili na macho iliyomkataa Bwana Mungu kufuata tamaa zao mbaya. Kosa ambalo Paulo anazungumza juu yake lilikuwa "kosa la Balaamu," kama inavyofafanuliwa katika Yuda 11.

Angalia kile Mungu alichofanya kwa watu hawa katika Warumi 1:24. Aliwaacha wafuate tamaa zao na uchafu wao. Aliwakabidhi kwa adui waliyejitolea kumfuata.

Hebu turejee kwa Waamuzi 3. Watu wa Mungu walikuwa wameacha vita dhidi ya uovu na kujisalimisha kwa tamaa za mwili na mioyo yao. Walianguka katika kosa la Balaamu na kusujudu kwa sanamu za kipagani. Mungu alifanya nini? Aliwakabidhi kwa taifa la

Balaamu Babeli (Mesopotamia). Kwa miaka minane, wangetumikia taifa hilo la kigeni hadi walipokuja kuona utumwa wao. Angalia kilichotokea baada ya miaka minane:

9Kisha wana wa Israeli walipomlingana Bwana, Bwana akawainulia wana wa Israeli mwokozi, aliyewaokoa, yaani, Othnieli mwana wa Kenazi, ndugu mdogo wa Kalebu. 10 Roho ya Bwana ikamjilia juu yake, naye akawa mwamuzi wa Israeli; akatoka kwenenda vitani, naye Bwana akamtia huyo Kushan-rishathaimu, mfalme wa Mesopotamia, mkononi mwake; na mkono wake ukamshinda Kushan-rishathaimu. 11 Nayo nchi ikawa na amani muda wa miaka arobaini. Kisha Othnieli, mwana wa Kenazi, akafa (Waamuzi 3)

Baada ya miaka minane ya utumwa kwa mfalme wa Mesopotamia, watu wa Mungu walikuja kutambua hitaji lao la ukombozi. Walimlilia Mungu wa Israeli awaokoe. Kwa rehema na neema yake, Mungu alimtuma mkombozi kwa jina la Othnieli ili kuwaweka huru kutoka Babeli (Mesopotamia). Waamuzi 3:11 inatuambia kwamba matokeo yalikuwa kwamba nchi hiyo ilikuwa na pumziko. Iliwekwa huru kutokana na ukandamizaji uliotokana na kosa la Balaamu.

Tunaona kutoka kwa Waamuzi 3 jinsi ilivyo muhimu kwetu kujifunza jinsi ya kufanya vita dhidi ya ushawishi wa Babeli na mafundisho ya Balaamu, nabii wa Mesopotamia. Kama Israeli, sisi pia tunapigana na sanamu na uasherati wa siku zetu. Watoto wetu wanajaribiwa kugeuka kutoka kwa kusudi la Mungu hadi upagani na uasherati unaowazunguka. Ushawishi wa Balaamu bado ni halisi sana. Babeli inawakilisha mwito wa uasherati na ibada ya sanamu. Wengi husikia sauti yake na kujisalimisha kwa majaribu yake. Jinsi ilivyo muhimu kwetu kujifunza jinsi ya kupigana na mvuto wake. Ni muhimu jinsi gani tuwafundishe watoto wetu jinsi ya kupigana na ushawishi wake.

Maombi:

Baba, tunaona kutoka kwa Waamuzi 3 jinsi ilivyokuwa rahisi kwa Israeli kuanguka katika majaribu ya kuabudu sanamu na uasherati. Kwa ajili ya kujifurahisha na kujinufaisha, walikupa mgongo. Kwa hiyo, ukawakabidhi kwa Mesopotamia. Chambo cha Babeli bado kinatuita. Jinsi ilivyo muhimu kwamba tujifunze jinsi ya kuchukua silaha zetu na kupigana na jaribu hili kila siku. Tufundishe jinsi ya kufanya vita vya kiroho. Waamuzi 3:2 inatuambia kwamba lilikuwa kusudi Lako kwamba "vizazi vya wana wa Israeli vipate kujua vita, ili kuwafundisha vita wale ambao hawakujua hapo awali." Baba, tuonyeshe jinsi ya kusimama kidete dhidi ya mashambulizi ya adui dhidi ya miili, nafsi na roho zetu. Tusaidie kujifunza jinsi ya kupambana na majaribu na mashambulizi ya mwili. Tusaidie kufundisha hili kwa watoto wetu ili wao pia, wawe washindi dhidi ya mvuto wote wa falsafa za Babeli katika maisha yao.

Sura ya 8- Aibu Ya Daudi Na Wapanda Farasi Wa Mesopotamia

Katika 1 Mambo ya Nyakati 19, tuna hadithi ya tendo la fadhili lililotolewa na Daudi kwa mfalme wa Amoni. Inaonekana kwamba Nahashi, mfalme wa Amoni, alikufa, na mwanawe Hanuni akatawala mahali pake. Daudi aliamua kutuma wajumbe kwa Hanuni ili kutoa heshima yake baada ya kifo cha baba yake:

2 Naye Daudi akasema, Nitamtendea wema Hanuni, mwana wa Nahashi, kwa kuwa babaye alinitendea mimi wema. Basi Daudi akapeleka wajumbe ili kumtuliza kwa habari za babaye. Wakaja watumishi wa Daudi katika nchi ya wana wa Amoni kwa Hanuni, ili wamtulize. (1 Mambo ya Nyakati 19)

Kuwepo kwa wajumbe wa Daudi kati ya Waamoni, hata hivyo, kulizua shaka. Wakuu wa nchi walitafsiri kitendo cha Daudi cha huruma kuwa njia ya kupeleleza nchi kwa nia ya "kupindua":

3 Lakini wakuu wa wana wa Amoni wakamwambia Hanuni, Je! Waona Daudi amheshimu babayo kwa kukupelekea wafariji? Je! Hawakukujia watumishi wake ili kuiangalia nchi, na kuiangamiza, na kuipeleleza? *(1 Mambo ya Nyakati 19)*

Mfalme Hanuni aliwasikiliza wakuu hao na akaamua kuwafedhehesha wajumbe wa Daudi. Kwa kufanya hivyo, alionyesha Daudi kwamba hakumwogopa. Wakiwakamata wajumbe wa Daudi, Waamoni waliwanyoa, wakakata nguo zao kiunoni, na kuwafukuza mbele ya watu wote. Andiko la 1 Mambo ya Nyakati 19:5 linatuambia kwamba wajumbe hao 'walifedheheka sana.

Daudi aliposikia yale ambayo Hanuni alikuwa amewatendea wajumbe wake, alituma watu kwao ili kuwafariji na kuwatia moyo kubaki katika mji wa Yeriko mpaka ndevu zao ziote (1 Mambo ya Nyakati 19:5).

Waamoni walipotambua kwamba Daudi alikuwa amewakasirikia kwa kitendo hicho cha aibu kuelekea wajumbe wake, walijua kwamba walihitaji kujilinda dhidi ya kulipiza kisasi. Kamanda wa jeshi la Daudi Yoabu alitumwa kupigana na Waamoni. Matokeo ya vita hivyo, kulingana na 1 Mambo ya Nyakati 19:18-19, yalikuwa kwamba jeshi la Daudi liliua watu wapatao 47,000, na Waamoni wakapoteza mshirika wake mwenye nguvu katika taifa la Siria.

Kinachotuvutia katika somo hili ni 1 Mambo ya Nyakati 19:6:

6 Na wana wa Amoni walipoona ya kuwa wamekuwa machukizo kwa Daudi, Hanuni na wana wa Amoni wakapeleka talanta elfu za fedha ili kujiajiria magari na wapanda farasi kutoka Mesopotamia, na kutoka Atam-maaka, na kutoka Soba(1 Mambo ya Nyakati 19)

Ona kwamba Amoni alipotambua uzito wa kosa lake, aliazimia kuajiri askari-jeshi kulinda taifa la Israeli na jeshi lake. 1 Mambo ya

Nyakati 19:6 inatuambia kwamba walituma talanta 1,000 za fedha kukodi magari ya vita na wapanda farasi kutoka Mesopotamia, Aram-maaka na Soba.

Wanajeshi kutoka eneo la Mesopotamia wangekuja kumuunga mkono Amoni na kumlinda dhidi ya mashambulizi ya Daudi. Kwa faida waliyopewa na Amoni, Babeli (Mesopotamia) ingesimama kwa hiari pamoja na wale waliowatendea vibaya watumishi wa Daudi. Faida ya kibinafsi ilizidi hisia zozote za adabu. Pesa ilikuwa muhimu zaidi kuliko watu au kanuni za uadilifu.

Kwa mara nyingine tena, tunapata taswira fupi tu ya roho ya Babeli. Tamaa yake ya mali na mali inachukua kipaumbele. Inatupilia mbali hisia yoyote ya mema na mabaya ili kupata utajiri wake. Itakanyaga na kupanda juu ya wanadamu wengine ili kupata kile inachotaka. Roho hii haiko mbali nasi kamwe.

Maombi:

Bwana Mungu, tufundishe jinsi ya kukemea tabia inayoweka faida ya kibinafsi juu ya utu na thamani ya mwanadamu mwingine. Tupe neema, Bwana Yesu, tuone jinsi ulivyomtendea hata mtu wa hali ya chini. Asante kwa kuwa ulichukua umbo la mtumishi na kwa hiari kuutoa uhai wako kwa ajili yetu kama wenye dhambi ulipoishi hapa duniani. Tufundishe jinsi ya kuheshimiana. Tufundishe jinsi ya kujinyima na kujaliana. Na faida yetu na faida zisiwe za maana sana hivi kwamba tuwakanyage wengine ili tupate. Utusaidie kupinga roho hii ya Babeli katika maisha yetu ya kila siku. Utupe ujasiri wa kufuata mfano wa Bwana wetu Yesu, ambaye ingawa alikuwa sahihi, lakini kwa ajili yetu akawa maskini (2 Wakorintho 8:9).

Sura ya 9- Hezekia Na Wajumbe Wa Babeli

Katika siku za nabii Isaya, Hezekia alikuwa mfalme katika taifa la Yuda. Yuda ilionekana kufanikiwa chini ya utawala wake, lakini moyo wa mfalme ukawa na kiburi. Kwa sababu hiyo, Bwana akampiga kwa ugonjwa, na akawa karibu kufa.

Isaya akaja kusema na Hezekia, akamwambia atengeneze mambo ya nyumba yake, maana atakufa;

> 1 Iku hizo Hezekia akaugua, akawa katika hatari ya kufa. Isaya, nabii, mwana wa Amozi, akamjia akamwambia, Bwana asema hivi, Tengeza mambo ya nyumba yako; maana utakufa, wala hutapona. (2 Wafalme 20)

Kusikia habari hizi, mfalme alimlilia Mungu kwa ajili ya uponyaji. Mwenyezi-Mungu alisikia maombi ya Hezekia na kumrudisha Isaya na ujumbe mwingine:

> 4 Ikawa, kabla Isaya hajatoka katika mji wa kati, neno la Bwana likamjia, kusema, 5 Rudi, ukamwambie Hezekia, mkuu wa watu wangu, Bwana, Mungu wa Daudi baba yako asema hivi, Nimeyasikia maombi yako, na kuyaona machozi yako; tazama, nitakuponya; siku ya tatu utapanda nyumbani kwa Bwana. 6 Tena,

nitazizidisha siku zako, kiasi cha miaka kumi na mitano, nami nitakuokoa wewe, na mji huu, na mkono wa mfalme wa Ashuru, nami nitaulinda mji huu kwa ajili yangu, na kwa ajili ya Daudi, mtumishi wangu (2 Wafalme 20)

Kulingana na 2 Mambo ya Nyakati 32, hata hivyo, licha ya uponyaji wake, moyo wa kiburi wa Hezekia haukunyenyekezwa kikamilifu, na ghadhabu ya Mungu ingeangukia tena taifa la Yuda:

24 Katika siku hizo Hezekia akaugua akawa katika hatari ya kufa; akamwomba Bwana; naye akasema naye, akampa ishara. 25 Walakini kadiri alivyofadhiliwa Hezekia hakumrudishia vivyo; kwa kuwa moyo wake ulitukuka; kwa hiyo ikawako hasira juu yake, na juu ya Yuda na Yerusalemu. (2 Mambo ya Nyakati 32)

Uthibitisho wa kiburi cha moyo wa Hezekia unaweza kuonekana katika yale yaliyotukia baada ya kuponywa kwake. Merodaki-baladani alikuwa mwana wa Balaani, mfalme wa Babeli. Alituma wajumbe maalum wakiwa na barua na zawadi kwa Hezekia aliposikia kwamba alikuwa mgonjwa (2 Wafalme 20:12). Wajumbe hao wa Babeli walipofika nyumbani kwake, Hezekia akahakikisha kwamba anawaonyesha mali yake yote.

13 Hezekia akawasikiliza, akawaonyesha nyumba yote yenye vitu vyake vya thamani, fedha, na dhahabu, na manukato, na marhamu ya thamani, na nyumba yenye silaha zake, na vitu vyote vilivyoonekana katika hazina zake. Wala hapakuwa na kitu asichowaonyesha Hezekia, katika nyumba yake, wala katika ufalme wake wote.(2 Wafalme 20).

Kinachoshangaza hapa ni maneno haya, "Hapakuwa na kitu katika nyumba yake wala katika ufalme wake wote ambacho Hezekia hakuwaonyesha. Maneno haya yanatuambia kwamba Mfalme Hezekia alijitahidi sana kuwaonyesha Wababeli hawa jinsi alivyokuwa tajiri. Kwa wazi, hii ilikuwa dalili ya kiburi cha moyo wake.

Baada ya tukio hili, Bwana akamtuma nabii Isaya kwa mara nyingine tena kwa Hezekia na ujumbe mwingine:

> 16 Isaya akamwambia Hezekia, Basi, lisikie neno la Bwana, 17 Angalia, siku zinakuja, ambazo vitu vyote vilivyomo nyumbani mwako, na hivyo vilivyowekwa akiba na baba zako hata leo, vitachukuliwa mpaka Babeli; hakitasalia kitu, asema Bwana. 18 Na baadhi ya wanao watakaotoka kwako, utakaowazaa, watawachukulia mbali; nao watakuwa matowashi jumbani mwake mfalme wa Babeli. (2 Wafalme 20)

Siku hiyo, Isaya alitabiri kwamba siku zinakuja ambapo kila kitu katika nyumba ya Hezekia kingechukuliwa hadi Babuloni. Hata wanawe wangechukuliwa na kutumikia wakiwa matowashi katika jumba la kifalme la mfalme wa Babiloni.

Onyo la Isaya lilikuwa wazi—Babeli ingewanyang'anya watu wa Mungu kila kitu walichokuwa nacho na kuwachukua mateka. Ungekamata watoto wao, nao wangeishi maisha yao kama watumishi wake. Kinachoonekana kuwa wazi katika kifungu hiki ni kwamba moyo wa Hezekia ulikuwa tayari umechukuliwa mateka na roho ya Babeli. Tamaa ya mali na fahari ya maisha tayari ilikuwa imezamisha makucha yao ndani ya roho yake. Moyo wake ulikuwa tayari umetekwa.

Miaka mingi baadaye, Bwana Yesu, akizungumza na wanafunzi Wake, angesema:

> 24 Wakati huo Yesu aliwaambia wanafunzi wake, Mtu ye yote akitaka kunifuata, na ajikane mwenyewe, ajitwike msalaba wake, anifuate. 25 Kwa kuwa mtu atakaye kuiokoa nafsi yake, ataipoteza; na mtu atakayepoteza nafsi yake kwa ajili yangu,

ataiona. *26 Kwani atafaidiwa nini mtu akiupata ulimwengu wote, na kupata hasara ya nafsi yake? Au mtu atatoa nini badala ya nafsi yake? (Mathayo 16)*

Akimwandikia Timotheo, mtume Paulo alisema:

10 Maana shina moja la mabaya ya kila namna ni kupenda fedha. Ni kwa tamaa hiyo wengine wamefarakana na imani na kujichoma kwa maumivu mengi. (1 Timotheo 6)

Hiki ndicho kinachoonekana kuwa kilitokea katika maisha ya Hezekia. Pesa na mali vilianza kuutawala moyo wake. Wakati wajumbe wa Babeli walipokuja kumtembelea na kugundua utajiri wake, haungechukua muda mrefu kabla wangerudi kuchukua wenyewe. Mungu angewatia wazao wa Hezekia kwenye tamaa za Wababeli. Wangewavua vyote walivyokuwa navyo na kuwaacha tasa na hoi.

Maombi:

Baba Mungu, tunajua majaribu ya mali na mali. Inatupa maisha rahisi bila wasiwasi au wasiwasi. Inatujaribu kwa uzuri wake lakini inatuacha bila nguo na tasa. Tufundishe kwamba mali hizi za kidunia haziwezi kamwe kutosheleza nafsi. Tuonyeshe kwamba kwa kujisalimisha Kwako peke yako tunaweza kupata maana ya kweli na kuridhika maishani. Utuweke huru na tamaa ya macho na kiburi cha uzima.

Sura ya 10- Faida Ya Babeli Kwa Gharama Ya Yuda

Katika sura ya mwisho, tuliona jinsi Isaya alivyotabiri kwa Mfalme Hezekia kwamba siku zinakuja ambapo Babeli ingechukua kila kitu kilichokuwa katika nyumba yake. Wanawe wangekuwa miongoni mwa wale waliochukuliwa mateka. Wangetumika kama matowashi katika ikulu ya Babeli (ona 2 Wafalme 24:16-18).

Ilikuwa chini ya utawala wa Mfalme Yehoyakimu kwamba unabii wa Isaya ulitimia. Nebukadreza, mfalme wa Babeli, alivamia eneo hilo na kumfanya Yehoyakimu kuwa mtumishi wake kwa muda wa miaka mitatu (2 Wafalme 24:1). Baada ya miaka hiyo mitatu, Yuda iliasi dhidi ya Nebukadneza lakini sikuzote ilikuwa chini ya tisho la kuvamiwa na vikosi vya askari wa kigeni na hawakupata tena nguvu zao wakiwa taifa. Yehoyakini, mwana wa Yehoyakimu, alipokuwa mfalme baada ya kifo cha baba yake, Wababiloni walirudi na kuteka Yerusalemu. Yehoyakini alijisalimisha kwa Wababiloni, naye pamoja na mama yake wakachukuliwa mateka, kama Isaya alivyotabiri.

2 Wafalme 24:13-16 inaeleza yale yaliyotokea Babeli alipokuwa

Yerusalemu siku hizo:

13 Akatoa huko hazina zote za nyumba ya Bwana, na hazina za nyumba ya mfalme, akavikata-kata vyombo vyote vya dhahabu ambavyo Sulemani, mfalme wa Israeli, alivifanya katika hekalu la Bwana, kama Bwana alivyosema. 14 Akawachukua mateka watu wa Yerusalemu wote pia, na wakuu wote, na mashujaa wote, watu elfu kumi; na mafundi wote, na wafua chuma wote; hapana mtu aliyebaki, ila waliokuwa wanyonge wa watu wa nchi. 15 Akamchukua Yekonia mpaka Babeli; na mama yake mfalme, na wake zake mfalme, na maakida wake, na wakuu wa nchi, aliwachukua mateka toka Yerusalemu mpaka Babeli. 16 Na mashujaa wote, watu elfu saba, na mafundi na wafua chuma elfu moja, wote pia wenye nguvu, tayari kwa vita, hao wote mfalme wa Babeli aliwachukua mateka mpaka Babeli. (2 Wafalme 24)

Babeli walilinyang'anya hekalu la Bwana hazina zake zote. Ona kutoka katika 2 Wafalme 24:13 kwamba Wababeli walikata vyombo vya Mungu katika hekalu vipande-vipande bila kuonyesha heshima kwa Mungu wa Israeli au vitu vilivyokuwa vyake. Babeli iliteka nyara "watu wote mashujaa," mafundi, na wafanyakazi wa chuma na kuwapeleka Babeli ambako wangelazimishwa kumtumikia mfalme wao. Ni maskini na wasio na ujuzi pekee ndio walioachwa wajitegemee wenyewe chini ya uongozi wa Sedekia.

Wakati Sedekia alipoasi dhidi ya ukandamizaji huu, Wababeli walirudi na jeuri na ukatili zaidi katika 2 Wafalme 25. Wakati huu walimkamata Sedekia, wakawaua maafisa wake, na kuwaua wanawe. Hata wakang'oa macho ya Sedekia na kumpeleka utumwani akiwa kipofu.

2 Mambo ya Nyakati 36 inaeleza yaliyotokea siku hizo kwa maneno haya:

17. Kwa hiyo akaleta juu yao mfalme wa Wakaldayo, aliyewaua vijana wao kwa upanga nyumbani mwa patakatifu pao, asiwahurumie kijana wala mwanamwali, mzee wala mkongwe; akawatia wote mkononi mwake. 18 Na vyombo vyote vya nyumba ya Mungu, vikubwa kwa vidogo, na hazina za nyumba ya Bwana, na hazina za mfalme, na za wakuu wake; vyote pia akavileta Babeli. 19 Wakaiteketeza nyumba ya Mungu, wakaubomoa ukuta wa Yerusalemu, wakayateketeza kwa moto majumba yake yote, wakaviharibu vyombo vyake vyote vya thamani. (2 Mambo ya Nyakati 36)

Vijana waliuawa kwa upanga. Wababeli hawakuonyesha huruma kwa wasichana au wazee. Angalia katika mstari wa 17 kwamba waliwaua vijana wao kwa upanga katika patakatifu. Kwa kufanya hivi, walinajisi patakatifu pa Mungu. Baada ya kufanya unyama huo, walinyang'anya vitu vyake vya hekalu na kuliteketeza kabisa. Majengo yote ya umuhimu wowote katika jiji yaliharibiwa na kuchomwa moto. Wababeli walibomoa kuta za ulinzi za jiji hilo, na kumfungulia yeyote aliyetaka kupora.

Siku hizo, Babeli ilijitajirisha kwa kuchukua mali ya Yuda. Vijana wa Yuda na wafanyakazi stadi sasa wangetumikia kazi ya Babeli. Walinyang'anywa uhuru na heshima yao na wangeishi maisha yao yote kama watumishi na watumwa katika nchi ya kigeni.

Tunaweza kuuliza swali: Kwa nini Bwana aliruhusu hili litokee kwa watu wake? Jibu liko katika 2 Mambo ya Nyakati 36:15-17:

15 Naye Bwana, Mungu wa baba zao, akatuma kwao kwa mikono ya wajumbe wake, akiondoka mapema, na kutuma; kwa sababu aliwahurumia watu wake, na makao yake; 16 lakini waliwadhihaki wajumbe wa Mungu, na kuyadharau maneno yake, na kuwacheka manabii wake, hata ilipozidi ghadhabu ya Bwana juu ya watu wake, hata kusiwe na kuponya17. *Kwa hiyo akaleta juu yao mfalme wa Wakaldayo, aliyewaua vijana wao kwa upanga nyumbani mwa patakatifu pao, asiwahurumie kijana wala mwanamwali, mzee wala mkongwe; akawatia wote mkononi mwake.* (2 Mambo ya Nyakati 36)

Mungu aliruhusu Babeli kushinda na kuwaangamiza watu wake kwa sababu walikuwa wamewadhihaki manabii wake na kudharau maneno yake. Aliwakabidhi kwa tamaa ya adui yake ya mamlaka na mali. Babeli ilikuwa hukumu ya Mungu kwa ajili ya uasi.

Babeli inaonyeshwa hapa katika vifungu hivi kama taifa linalotamani mamlaka, mali, na ushawishi. Angeinama kwa kiwango chochote ili kupata "hazina" hizi. Aliiba na kuua ili kujitajirisha. Hakujali chochote kwa mateso ya wengine ikiwa angeweza kufaidika kutokana na hasara yao. Mtazamo wake ulikuwa juu yake mwenyewe na masilahi yake; hakuna kitu kingine kilichoonekana kuwa muhimu.

2 Mambo ya Nyakati 36:15-17 inatuambia kwamba Mungu aliwatia watu wake mikononi mwa Wababeli kwa sababu hawakuwa na uhusiano wowote na wajumbe wake. Badala yake, walichagua kufanya mambo kwa njia yao wenyewe na kumwasi. Badala ya kuishi kwa kujitiisha kwa Mungu, Yuda aliamua kuwa bosi wake mwenyewe. Aliishi kwa ajili yake mwenyewe, maslahi yake, na malengo yake maishani. Kwa hiyo, Mungu aliwakabidhi kwa taifa lenye nguvu zaidi kuliko yeye, ambalo lilikuwa na tamaa hiyohiyo. Kama vile Yuda haikujali chochote kwa Mungu, vile vile Babeli haikumjali. Kama vile masilahi pekee ya Israeli yalikuwa yeye mwenyewe, vivyo hivyo shauku ya Babeli ilikuwa tu kujitajirisha kwa gharama ya Israeli. Mungu aliwaacha watu wake kwenye tamaa na tamaa zile zile zilizotawala maisha yake. Roho ya Babeli ingeharibu

watu wa Mungu na kumvua urafiki wake na Mungu.

Roho hii hii ya uchoyo, ubinafsi, mamlaka, na anasa inatupigia kelele kila siku kupitia vyombo vya habari. Asili yetu ya dhambi inatamani tunda la roho hii ya Kibabiloni, lakini haitatuongoza kamwe kwa Mungu. Biblia inatuita badala yake tufe kwa nafsi zetu na maslahi yetu ili tuweze kupata baraka kubwa zaidi ya kuishi kwa ajili ya Bwana na makusudi yake. Babeli iliharibu taifa la Yuda na kulivua urafiki wake na Mungu. Na tujue uvutano wake katika siku zetu, tusije tukaanguka chini ya chambo chake.

Maombi:

Baba, tunaona katika sura hii kwamba Babeli, kwa tamaa yake ya madaraka na mali, ilipita kutoka taifa moja hadi jingine, ikiharibu ardhi yao na kuwanyang'anya mali na hazina. Tunaona jinsi roho hiyohiyo ilivyoathiri taifa la Yuda, ikimfanya akugeukie Wewe kwa kufuatia masilahi yake mwenyewe. Kwa kuruhusu Yuda kuharibiwa, ulimwonyesha asili ya kweli ya roho ya Babeli. Utufundishe, Baba, kwamba si katika kujifurahisha wenyewe ndipo tunapata maana na kusudi maishani. Tuonyeshe kwamba ni katika kukufuata Wewe na moyo wako tu ndipo tunaweza kujua utimilifu wa maisha. Utupe neema ya kupinga mvuto wa kupenda mali, tamaa ya raha na ushawishi ili tuweze kupata furaha ya kuwa watumishi Wako badala yake.

Sura ya 11- Ayubu Na Wakaldayo

Sasa tunakuja kwenye kitabu cha Ayubu. Mstari wa kwanza wa kitabu unamwelezea mtu kama mtu aliyeishi maisha ya haki na matakatifu:

1Palikuwa na mtu katika nchi ya Usi, jina lake alikuwa akiitwa Ayubu; mtu huyo alikuwa mkamilifu na mwelekevu, ni mmoja aliyemcha Mungu, na kuepukana na uovu.. (Ayubu 1)

Mungu alimbariki Ayubu kwa wana saba na binti watatu (Ayubu 1:2) na kumfanya kuwa mtu tajiri. Ayubu 1:3 inatupa hisia ya utajiri wake inaposema:

3 Alikuwa na kondoo 7,000, ngamia 3,000, jozi 500 za ng'ombe, na punda 500, na watumishi wengi sana, hivi kwamba mtu huyo alikuwa mkuu zaidi ya watu wote wa mashariki. (Ayubu 1)

Angalia maneno haya, "mtu huyu alikuwa mkuu kuliko watu wote wa mashariki" (mstari wa 3). Ukuu huo, hata hivyo, haukumkengeusha kutoka kwa uhusiano wake na Mungu. Ingawa Ayubu alikuwa tajiri, aliendelea kumheshimu Mungu katika yote aliyofanya. Jambo ambalo lilikuwa kweli kwa Ayubu, hata hivyo, haikuwa hivyo kwa watoto wake.

Ayubu 1:4 inaeleza mtindo wa maisha wa watoto wa Ayubu:

4Nao wanawe huenda na kufanya karamu katika nyumba ya kila mmoja wao kwa siku yake; nao wakatuma na kuwaita maumbu yao watatu ili waje kula na kunywa pamoja nao. (Ayubu 1)

Watoto wa Ayubu waliishi maisha ya matajiri na mashuhuri. Walipenda kula na kunywa na inaonekana walifanya hivyo mara nyingi. Hili lilikuwa jambo kubwa sana kwa Ayubu. Ayubu 1:5 inatuambia kwamba baada ya karamu hizi, Ayubu angeamka asubuhi na mapema kutoa sadaka za kuteketezwa kwa ajili ya kila mmoja wa watoto wake ikiwa katika hali yao ya ulevi, wangemlaani Mungu na kutenda dhambi.

5Basi ilikuwa, hapo hizo siku za karamu zao zilipokuwa zimetimia, Ayubu hutuma kwao akawatakasa, kisha akaamka asubuhi na mapema, na kusongeza sadaka za kuteketezwa kama hesabu yao wote ilivyokuwa; kwani Ayubu alisema, Yumkini kwamba hawa wanangu wamefanya dhambi, na kumkufuru Mungu mioyoni mwao. Ndivyo alivyofanya Ayubu sikuzote. (Ayubu 1)

Watoto wa Ayubu hawakuwa na uhusiano sawa na Mungu ambao baba yao alikuwa nao. Walinaswa na mtego wa mali na kile ambacho kingeweza kununua. Walifurahia vinywaji na karamu zao. Walitafuta raha maishani. Walitafuta kutosheleza tamaa za miili na mioyo yao. Kitabu cha Ayubu kinatupatia muono adimu wa vita vya kiroho vinavyopigana kwa ajili ya mioyo na akili za wanadamu.

Katika Ayubu 1:6-12, tuna mazungumzo kati ya Mungu na Shetani. Katika mazungumzo haya, Shetani na Mungu wanashiriki katika mjadala kuhusu Ayubu. Shetani alimwambia Mungu kwamba sababu pekee ya Ayubu kumuogopa ni kwa sababu Mungu alimbariki sana. Shetani aliendelea kusema kwamba ikiwa Mungu angemvua Ayubu baraka zake, angemlaani mbele za uso Wake:

11 Lakini nyosha mkono wako sasa, uyaguse hayo yote aliyo nayo, naye atakukufuru mbele za uso wako. " (Ayubu 1)

Kwa kujibu, Mungu alimpa Shetani ruhusa ya kuchukua baraka za Ayubu.

12 Bwana akamwambia Shetani, Tazama, yote aliyo nayo yamo katika uwezo wako; lakini usinyoshe mkono wako juu yake yeye mwenyewe. Basi Shetani akatoka mbele za uso wa Bwana. (Ayubu 1)

Shetani aliweka nia yake kumvua Ayubu baraka za Mungu ili kumfanya amlaani Mungu. Shetani alifanya hivyo kupitia mfululizo wa mashambulizi manne.

Shambulio la kwanza lilikuja wakati kundi la Waseba lilipowaangukia ng'ombe na punda wa Ayubu walipokuwa wakilima na kulisha:

14 "Wale ng'ombe walikuwa wakilima na punda wakilisha kando yao, 15 na Waseba wakawashambulia na kuwakamata na kuwaua wale watumishi kwa makali ya upanga, nami peke yangu nimeokoka kukuletea habari." (Ayubu 1)

Ayubu 1:3 inatuambia kwamba Ayubu alikuwa na jozi 500 za ng'ombe na punda 500. Wasabea walichukua haya kwa nguvu kutoka kwa Ayubu. Katika mchakato wa kuiba ng'ombe hao na punda, waliwaua pia baadhi ya watumishi wa Ayubu.

Shambulio la pili lilikuja kwa namna ya moto kutoka mbinguni. Wafasiri wengi wanaona hii kama aina fulani ya umeme. Moto huo uliwapiga kondoo wa Ayubu na kuwaua. Mstari wa 16 unatuambia kwamba watumishi waliowachunga kondoo hao pia waliuawa katika dhoruba hii kuu:

16 Huyo alipokuwa akali akinena, akatokea na mwingine, na kusema, Moto wa Mungu umeanguka kutoka mbinguni na kuwateketeza kondoo, na wale watumishi, na kuwaangamiza; mimi peke yangu nimepona, mimi tu, kukuletea habari.." (Ayubu 1)

Kulingana na Ayubu 1:7, Ayubu alikuwa na kondoo 7,000—kondoo hao wote waliuawa.

Shambulio la tatu lilikuja kwa ngamia wa Ayubu. Mstari wa 3 unatuambia kwamba Ayubu alikuwa na ngamia 3,000. Wakati huu Wakaldayo walichukua ngamia wote wa Ayubu na kuwaua watumishi waliokuwa na jukumu la kuwatunza:

17Huyo alipokuwa akali akinena, akatokea na mwingine, na kusema, Wakaldayo walifanya vikosi vitatu, wakawaangukia ngamia, wakaenda nao, naam, wamewaua wale watumishi kwa makali ya upanga; mimi peke yangu nimepona, mimi tu, kukuletea habari." (Ayubu 1)

Mwishowe, upepo mkali ukatokea nyikani na kuipiga nyumba ambayo wana na binti za Ayubu walikuwa wakinywa. Nyumba ilianguka juu ya watoto wake na kuwaua wote. (Ayubu 1:18-19). Ilikuwa kwa njia hii kwamba Ayubu alinyang'anywa mali yake yote kwa ukatili.

Kilicho muhimu kwetu kutambua hapa katika muktadha wa somo hili ni rejea ya Wakaldayo walioiba ngamia za Ayubu. Ikitoa maoni juu ya Ayubu 1:17, IVP Bible Background Commentary inasema hivi kuhusu Wakaldayo:

1:17. Wakaldayo. Wakaldayo wanajulikana kutoka katika

kumbukumbu za Waashuru mapema kama wakati wa Ashurnasirpal II (r. 884-859 B.K.). Wanaonekana kuwa kikundi cha seminomadic ambacho kilikuwa kimekaa Babeli na kilifanikiwa kudhibiti eneo hilo mwishoni mwa karne ya nane K.K. Zaidi ya hayo, walichukua nafasi ya Waashuru wakiwa wajenzi wakuu wa milki ya Mashariki ya Karibu mwishoni mwa karne ya saba K.W.K. Kilele cha uwezo wao kilikuja wakati wa utawala wa Nebukadreza II (r. 605-562 K.K.), mharibu wa Yerusalemu.

(The IVP Bible Background Commentary: Old Testament and New Testament 2nd Ed." Marion, IA: Laridian, Inc., 2014. OT: © 2000 na John H. Walton, Victor H. Matthews na Mark W. Chavalas; NT: © 2014 na Craig S. Keener. Haki Zote Zimehifadhiwa.)

Ona hapa kwamba wazao wa Wakaldayo, chini ya Nebukadneza, wangekuwa "mwangamizi wa Yerusalemu." Hapa katika Ayubu 1, tunapata mababu wa taifa la Babeli wakimwondolea Ayubu baraka zake kutoka kwa Mungu. Babeli kama adui wa watu wa Mungu huwavua baraka zao. Wakaldayo hawa walitamani mali na mamlaka na walikuwa tayari kabisa kuchukua kisichokuwa chao ili kujitajirisha.

Kinachoshangaza katika sura hii ya kwanza ya Ayubu ni jibu la Ayubu kwa mfululizo huu wa matukio ya kusikitisha. Ingawa alinyang'anywa mali zake zote za kimwili, Ayubu alikataa kumlaani Mungu. Siku ile habari ilipomfikia, akaanguka kifudifudi, akamsujudia Bwana, Mungu wake;

20 Ndipo Ayubu akainuka, akalirarua joho lake, kisha akanyoa kichwa chake, na kuanguka chini, na kusujudia 21 akasema, Mimi nilitoka tumboni mwa mama yangu nili uchi, nami nitarudi tena huko uchi vilevile; Bwana alitoa, na Bwana ametwaa; jina la Bwana na libarikiwe. 22 Katika mambo hayo yote Ayubu

hakufanya dhambi, wala hakumwazia Mungu kwa upumbavu.
(Ayubu 1)

Ayubu hakumtumikia Mungu kwa kile alichoweza kupata kutoka Kwake. Utoaji wa Ayubu ulikuwa wa kina zaidi kuliko huu. Hata kama Mungu alimpokonya kila baraka, ahadi yake ilikuwa kumwabudu na kumheshimu. Majaribu ya Shetani katika bustani ya Edeni, katika moyo wa Babeli, yalikuwa kutamani mali, ushawishi na anasa. Maneno ambayo Shetani alimwambia Hawa siku hiyo yanaendelea kujirudia duniani kote; "Kuleni, nanyi mtakuwa kama Mungu. Mtumikie na kumheshimu Mungu kwa kile unachoweza kupata kutoka kwake."

Ayubu hakuishi chini ya falsafa hii ya Kibabeli. Aliponyang'anywa mali zake, Shetani aligundua kwamba kujitolea kwake kwa Mungu kulibaki.

Maombi:

Bwana Mungu, jinsi ilivyo rahisi kwetu kuzingatia baraka unazotoa. Tufundishe kushukuru kwa baraka Zako lakini tusizishike kwa nguvu hata zichukue nafasi Yako katika mioyo yetu. Na tukupende Wewe zaidi ya yale unayotufanyia. Kujitolea kwetu kwako kuzidi kujitolea kwetu kwa yale uliyotupa. Ninaomba utupe moyo wa Ayubu - moyo uliojitolea kwako katika utajiri na umaskini, raha, au maumivu. Utuweke huru kutokana na utafutaji wa mali na starehe. Utusamehe kwa nyakati tulizojaribiwa na roho ya Kibabeli kutamani mali, sifa na anasa kuliko Wewe.

Sura ya 12- Karibu Na Maji Ya Babeli

Zaburi ya 137 inatupa picha ya mambo yaliyotokea katika mioyo ya watu wa Mungu walipokuwa katika utekwa Babeli.

Tukio hilo linaanza na kikundi cha Wayahudi waliohamishwa wakiwa wameketi kando ya mto huko Babeli, wakitafakari yale waliyopoteza.

1 Kando ya mito ya Babeli ndiko tulikoketi, Tukalia tulipoikumbuka Sayuni (Zaburi 137)

Angalia jinsi, wanapokumbuka Yerusalemu (Sayuni), mioyo yao ilivunjika. Waliishi sasa katika mojawapo ya mataifa tajiri zaidi duniani. Babeli ilikuwa katika kilele cha uwezo wake na mali, lakini haikutoa chochote kwa mateka wake licha ya utajiri wake mwingi. Huko kando ya mto, watu wa Mungu walilia kwa uchungu. Walikuwa wamepoteza kila kitu. Waliishi kati ya utajiri wa Babeli lakini walikuwa maskini na kuvunjwa. Kama mwana mpotevu katika mfano wa Yesu, walipata kwamba Babeli haikutoa chochote cha thamani yoyote ya kudumu kwao.

Angalia mistari ya pili na ya tatu inatuambia nini kuhusu Wababeli.

2 Katika miti iliyo katikati yake Tulivitundika vinubi vyetu. 3 Maana huko waliotuchukua mateka Walitaka tuwaimbie; Na waliotuonea walitaka furaha; Tuimbieni baadhi ya nyimbo za Sayuni. (Zaburi 137)

Wababeli walidai kutumbuizwa na mateka wao Wayahudi. Mstari wa tatu unatuambia kwamba "waliwataka" kuimba nyimbo za Sayuni. Kwa Wababeli hawa, thamani ya mateka hawa Wayahudi ilikuwa katika kazi waliyowafanyia na jinsi walivyowakaribisha. Babeli hawakujali chochote kwa ajili yao kama taifa bali walichukua faida yao kwa raha na faida yao.

Kwa watu wa Mungu, Wababeli hao walikuwa "watesaji." Iliwauma sana kukumbuka walichopoteza. Hakungekuwa na furaha katika kuimba nyimbo ambazo ziliwakumbusha baraka za nchi yao. "Tutaimbaje wimbo wa BWANA katika nchi ya ugeni?" walisema kwa mshangao katika mstari wa 4. Kuimba juu ya yale waliyoyapoteza ilikuwa uchungu kwao.

Utekwa wa Babeli uliwakumbusha watu wa Mungu kile ambacho walikuwa wamepoteza chini ya baraka za Mungu.

5 Ee Yerusalemu, nikikusahau wewe, Mkono wangu wa kuume na usahau. 6 Ulimi wangu na ugandamane Na kaakaa la kinywa changu, nisipokukumbuka. Nisipoikuza Yerusalemu Zaidi ya furaha yangu iliyo kuu.(Zaburi 137)

Huko Babeli, watu wa Mungu walianza kutamani Yerusalemu na baraka ya Bwana wao. Walikuwa wameuchukua ushirika huu wa ajabu na Mungu kirahisi. Kwa kujaribiwa kumpa kisogo, walitamani miungu mingine. Hata hivyo, Mungu alipowakabidhi kwa miungu hiyo, walivunjika moyo sana. Babeli haikuwa na kitu cha kutoa ambacho Mungu hangeweza kutoa kwa wingi zaidi. Hawangeweza kuridhika kuwa watumwa wa taifa tajiri zaidi duniani walipokuwa watoto wa Mungu. Ni chini ya Mungu pekee wangeweza kupata utimilifu wa furaha.

Wana wa Israeli walipokuwa wameketi kando ya mito ya Babeli, walikumbuka jinsi majirani zao walivyowatia moyo Wababeli kuuharibu mji wao. Wakawakumbuka Waedomu waliopaza sauti, wakisema, Ibomoeni, ivunjeni mpaka misingi yake. (Zaburi 137:7). Haya ndiyo maneno ambayo Waedomu waliwaambia Babeli walipokuwa wakiteketeza jiji la Yerusalemu. Maneno haya yalijirudia masikioni mwao huku wakihuzunika kwa kuupoteza mji wao ambao zamani ulikuwa mkubwa. Walichoweza kufanya ni kumwomba Bwana haki; "Ee Bwana, ukumbuke juu ya Waedomu siku ya Yerusalemu (Zaburi 137:7).

Kuhusu Babeli, mawazo ya watu wa Mungu yalikuwa magumu sana:

8 Ee binti Babeli, uliye karibu na kuangamla, Heri atakayekupatiliza, ulivyotupatiliza sisi. (Zaburi 137)

Israeli ilibariki wale ambao wangelipa Babeli kwa yale ambayo ilikuwa imewatendea. Walibariki mtu yeyote ambaye angewachukua watoto wachanga Wababeli na kuwarusha kwa nguvu kwenye mwamba. Uchungu mwingi wa Israeli kuelekea wafungwa wake ni dhahiri. Babeli haikuwa paradiso. Utajiri wake haukutosheleza. Babeli iliwanyang'anya kila kitu, ilidai kwamba watumikie kazi yao na kuwafurahisha wanajeshi wake lakini hawakutoa chochote isipokuwa kifo na uchungu kama malipo.

Mwandishi wa kitabu cha Mithali anamwonya mwanawe dhidi ya udanganyifu wa mwanamke mzinzi anaposema:

21 Kwa maneno yake mengi na ulaini akamshawishi, Kwa ubembelezi wa midomo yake akamshinda. 22 Huyo akafuatana naye mara hiyo, Kama vile ng'ombe aendavyo machinjoni; Au mpumbavu kuadhibiwa katika pingu; 23 Hata mshale umchome maini; Kama ndege aendaye haraka mtegoni; Wala hajui ya kuwa

> ni hasara ya nafsi yake. 24 Basi, wanangu, nisikilizeni sasa, Mkayaangalie maneno ya kinywa changu. 25 Moyo wako usizielekee njia zake, Wala usipotee katika mapito yake. 26 Maana amewaangusha wengi waliojeruhi, Naam, jumla ya waliouawa naye ni jeshi kubwa (Mithali 7)

Mwanamke mzinifu katika Aya hizi anasadikisha kwa mazungumzo laini na maneno ya kushawishi, lakini yeye huharibu chochote anachokikamata. Aangukaye kwa ajili ya majaribu yake huenda pasipo kufahamu kama ng'ombe akipelekwa machinjoni. Atagharimu maisha ya mtu huyu.

Watu wengi waliotekwa na Babeli hawangerudi kamwe katika nchi yao. Kama wana wa Israeli, wale wanaoanguka mateka wa Babeli watajikuta wakilia kwa uchungu hasara yao. Babeli itachukua kila kitu anachoweza kutoka kwetu na kutuacha tukiwa mtupu na tukifa kwa malipo.

Maombi

Bwana Mungu, tunakiri kwamba tumevutiwa na utajiri na anasa ulimwengu huu unatupa. Kumekuwa na nyakati ambapo tumejaribiwa kuafikiana ili tu kupata ladha ndogo ya kile ambacho Babeli hutoa. Tunaomba, hata hivyo, kwamba ungetupa neema ya kusimama imara katika kujitolea kwetu kwako. Na tuwe na ujasiri wa kupinga vishawishi na vishawishi vya ulimwengu huu vinaposimama kinyume na moyo wako kwa ajili yetu sisi kama watoto Wako. Tunawaombea wapendwa ambao wamenaswa katika uraibu na shughuli za mambo ya kidunia. Tunaomba uwasaidie kuona kwamba hakuna hata mmoja kati ya hawa anayeweza kuwaletea utimilifu wanaoutamani. Asante kwamba ndani Yako pekee, tunaweza kupata maana, kusudi, na kuridhika. Asante kwa ukweli wa kile mtunga-zaburi alisema katika Zaburi 16:

11 Umenijulisha njia ya uzima; mbele zako kuna furaha tele; mkono wako wa kuume ziko raha za milele. (Zaburi 16)

Sura ya 13- Maneno Ya Isaya Kwa Babeli

Katika sura ya 9, tulichunguza maneno ya Isaya kwa Mfalme Hezekia. Baada ya Hezekia kuwaonyesha wajumbe wa Babeli hazina zake zote, nabii alimwambia kwamba siku inakuja ambapo wangerudi, watalinyang'anya taifa la Yuda mali yake yote na kuwapeleka watu wa Yuda uhamishoni (ona 2 Wafalme 20:16-18).)

Katika Isaya 11, nabii sasa anazungumza kuhusu wakati ambapo "chipukizi kutoka kwenye kisiki cha Yese" lingewasili. Yese alikuwa baba wa Daudi, kwa hiyo mtu huyu angekuwa mzao wa Daudi. Unabii unapoendelea, hakuna shaka kwamba "chipukizi kutoka kwenye kisiki cha Yese" lilikuwa Masihi aliyeahidiwaBwana Yesu. Jambo la kupendezwa hasa kwetu hapa ni kwamba Isaya alitabiri kwamba Mesiya huyo angewakomboa watu wake kutoka kwa mikono ya adui na kuwakusanya pamoja tena.

11 Katika siku hiyo Bwana atanyoosha mkono wake tena mara ya pili ili kuwakomboa mabaki ya watu wake waliosalia, kutoka Ashuru, kutoka Misri, kutoka Pathrosi, kutoka Kushi, kutoka Elamu, kutoka Shinari, kutoka Hamathi, kutoka visiwa vya pwani. Bahari. 12 Naye atainua ishara kwa ajili ya mataifa na

kuwakusanya watu wa Israeli waliofukuzwa na kuwakusanya watu wa Yuda waliotawanywa kutoka katika pembe nne za dunia.
(Isaya 11)

Miongoni mwa orodha ya mataifa katika mstari wa 11 ni kumbukumbu ya Shinari. Isaya anaahidi kwamba Babeli haitaweza kuwashika wale walio wa Bwana Mungu. Ingawa alikuwa na nguvu na uvutano jinsi alivyokuwa, hangeweza kushindana na Mungu wa Israeli. Shinari hatimaye ingeshindwa.

Katika Isaya 13, nabii anaeleza kwa undani zaidi juu ya uharibifu ambao ungekuja Babeli. Mungu alimkasirikia kwa ajili ya kiburi na majivuno yake (mstari wa 3). Angekusanya jeshi kubwa dhidi yake na kuharibu nchi yote (mistari 4,5). Adhabu hii ingekuja kupitia taifa la Wamedi:

17 Tazama, nitawaamsha Wamedi juu yao, ambao hawaoni fedha kuwa kitu, wala hawafurahii dhahabu. 18 Na nyuta zao zitawaangusha vijana; wala hawatahurumia mazao ya tumbo; jicho lao halitawahurumia watoto(Isaya 13)

Ona kwamba Wamedi hao, kulingana na Isaya 13:17 , hawakujali fedha au dhahabu. Utajiri ambao Babeli ulikuwa umejilimbikiza kutoka kwenye migongo ya mataifa mengi haungewaokoa na hukumu hii ya Mungu. Wamedi hawangehurumia Babeli. Wangewachinja vijana wao, kuwavunja-vunja watoto wao wachanga, na kuwaharibu wake zao (mstari 16). Babeli ingeangamizwa kama Sodoma na Gomora, iliyoanguka chini ya hukumu ya Mungu katika siku za Ibrahimu na Lutu (mstari 19).

Isaya anaendelea katika Isaya 14 kusema kwamba katika siku ya kushindwa kwa Babeli, Israeli na Yuda wangeshangilia na kulidhihaki taifa lililokuwa kuu kwa kusema:

4utatunga mithali hii juu ya mfalme wa Babeli, na kusema, Jinsi alivyokoma mwenye kuonea; Jinsi ulivyokoma mji ule wenye jeuri! 5 Bwana amelivunja gongo la wabaya, Fimbo ya enzi yao wenye kutawala. 6 Yeye aliyewapiga mataifa kwa ghadhabu, Kwa mapigo yasiyokoma; Aliyewatawala mataifa kwa hasira, Ameadhibiwa asizuie mtu. 7 Dunia yote inastarehe na kutulia; Hata huanzilisha kuimba. (Isaya 14)

Isaya anatoa picha ya mlinzi anayengoja kwenye nafasi yake katika Isaya 21. Siku baada ya siku, anangoja habari kutoka mbali. Hatimaye, siku hiyo inakuja, na maneno ambayo alitamani kusikia yanatangazwa kwake:

9Na, tazama, linakuja kundi la watu, wapanda farasi, wakienda wawili wawili. Akajibu na kusema, Babeli umeanguka, umeanguka; na sanamu zote za miungu yake zimevunjwa chini. (Isaya 21)

Wakaldayo hawa (Wababeli), kulingana na Isaya, walikuwa wamekusudiwa kwa wanyama wa porini (Isaya 23:13). Mungu, kwa ajili ya watu wake, angelishusha taifa la Babeli pamoja na mali zao zote:

14 Bwana, Mkombozi wenu, Mtakatifu wa Israeli, asema hivi; Kwa ajili yenu nimetuma ujumbe Babeli nami nitawashusha wote mfano wa wakimbizi, naam, Wakaldayo, katika merikebu zao walizozifurahia(Isaya 43)

Taifa lililowaangamiza watu wa Mungu lingefedheheshwa na kuvuliwa nguo.

1 Haya, shuka, keti mavumbini, Ewe bikira, binti Babeli; Keti chini pasipo kiti cha enzi, Ewe binti wa Wakaldayo; Maana hutaitwa tena mwororo, mpenda anasa. 2 Twaa mawe ya kusagia, usage

unga; Vua utaji wako, ondoa mavazi yako, Funua mguu wako, pita katika mito ya maji. 3 Uchi wako utafunuliwa, Naam, aibu yako itaonekana. Nitalipa kisasi; simkubali mtu ye yote(Isaya 47)

Babeli iliyokuwa na kiburi sasa imeketi katika udongo bila kiti cha enzi. Yeye aliyefanya mataifa kuwa watumwa sasa alisukuma jiwe la kusagia unga kama mtumishi. Yeye ambaye alikuwa amejitajirisha mwenyewe kutoka kwenye migongo ya wengine sasa anafanya kazi uchi na anaishi kwa fedheha.

Katika kiburi cha Babeli, alihisi angekuwa "bibi milele" (Isaya 47:7). Sikiliza, hata hivyo, unabii wa Isaya kuhusu wakati ujao wa Babeli:

7 Ukasema, Mimi nitakuwa bibi milele; hata hukuyatia hayo moyoni mwako, wala hukukumbuka mwisho wa mambo hayo. 8 Sasa, basi, sikia haya, wewe upendaye anasa, ukaaye na kujiona salama, wewe usemaye moyoni mwako, Mimi ndiye, wala hapana mwingine zaidi yangu mimi; sitaketi mfano wa mjane, wala sitajua kufiwa na watoto; 9 lakini mambo haya mawili yatakupata katika dakika moja siku moja, kufiwa na watoto, na ujane; yatakupata kiasi kitimilifu, uchawi wako ujapokuwa mwingi, na uganga wako mwingi mno. 10 Maana umeutumainia ubaya wako; umesema, Hapana anionaye; hekima yako, na maarifa yako yamekupotosha, nawe umesema moyoni mwako, Mimi ndiye, wala hapana mwingine zaidi yangu mimi. 11 Kwa sababu hiyo ubaya utakupata; wala hutajua kutopoa kwake; na msiba utakuangukia; hutaweza kuuondoa; na ukiwa utakupata kwa ghafula, usioujua. (Isaya 47)

Isaya alitabiri kwamba mambo mawili yangetokea Babeli. Kwanza, angepoteza watoto wake na kuwa mjane (mstari wa 9), na pili, uharibifu ungemjia ghafla (mstari 11).

Isaya anaeleza Babeli hapa kama "mpenda raha" (mstari wa 8). Alihisi angeweza kujiingiza katika anasa za dhambi za ulimwengu huu, na hakuna mtu ambaye angemwona (mstari wa 10). Hangeweza kuficha uovu wake kwa Mungu wa Israeli. Siku ingefika ambapo maafa yangemwangukia. Siku hiyo, hangeweza kujifurahisha kutoka katika adhabu yake, wala hangeweza kulipa hukumu ya upole zaidi (mstari wa 11), kwa maana Mungu wa Israeli hakujaribiwa na mambo hayo na angemhukumu. kulingana na njia zake.

Babeli iliharibu watu wa Mungu. Alikuwa amewanyang'anya mali zao. Aliwalazimisha uhamishoni kumfanyia kazi na kumfurahisha katika kutafuta mali, mamlaka, na anasa. Kitabu cha Isaya kinawakumbusha Israeli juu ya baraka iliyokuwa imepoteza kwa taifa hili lenye pupa na kupenda anasa:

17 Bwana, mkombozi wako, mtakatifu wa Israeli, asema hivi; Mimi ni Bwana, Mungu wako, nikufundishaye ili upate faida, nikuongozaye kwa njia ikupasayo kuifuata. 18 Laiti ungalisikiliza amri zangu! Ndipo amani yako ingalikuwa kama mto wa maji, na haki yako kama mawimbi ya bahari; 19 Tena wazao wako wangalikuwa kama mchanga, na hao waliotoka katika tumbo lako kama chembe zake; jina lake lisingalikatika, wala kufutwa mbele zangu. 20 Haya, tokeni katikaBabeli, Kimbieni kutoka kwa Wakaldayo; Hubirini kwa sauti ya kuimba, tangazeni haya, Yatamkeni mpaka mwisho wa dunia, semeni, Bwana amemkomboa mtumishi wake, Yakobo.(Isaya 48)

Bwana alifundisha Israeli jinsi ya kufaidika na kutembea katika kusudi Lake (mstari wa 17). Badala ya kumsikiliza Mungu, Waisraeli walijaribiwa na ulimwengu pamoja na anasa na utajiri wake. Starehe hizi na mali hazikuwaletea faida waliyoitarajia. Mungu aliwakumbusha katika mstari wa 18 kwamba kama wangemsikiliza Yeye, wazao wao wangekuwa kama mchanga wa pwani, na jina lao lisingekatiliwa mbali. Sasa badala ya kushangilia baraka za Mungu,

Babuloni, mpenda raha, mamlaka, na mali, alikuwa amewaacha wakiwa ukiwa.

Angalia kilio cha Bwana katika Isaya 48:20: "Tokeni huko Babeli, kimbieni kutoka Ukaldayo. Watu wa Mungu hawakuwa na shughuli na Babeli. Bwana alikuwa amewakomboa kutoka kwa mvuto wake, na wasingepata faida ya kudumu au furaha katika falsafa yake. Tumaini lao na faida ingekuwa tu katika yale ambayo Bwana Mungu wao aliwafundisha. Angewaongoza kwenye amani kama mto, haki kama mawimbi ya bahari, na watoto kama mchanga wa fukwe zao (mistari 17:18).

Tunaona hapa kwamba wakati ujao wa Babeli ulikuwa mbaya sana. Alikuwa "mpenda raha" na alifurahia mali nyingi, lakini yote hayo yangeharibiwa hatimaye, naye angeachwa bila chochote. Isaya aliwaonya watu wake kuhusu hatari za Babeli na falsafa yake. Kizazi kizima cha Waisraeli, hata hivyo, kilipoteza kila kitu kwa sababu majaribu ya Babeli yalikuwa makubwa kuliko hamu yao kwa Mungu.

Maombi:

Baba Mungu, tunajifunza kutoka kwa Isaya kwamba Babeli na kupenda anasa, mamlaka na mali haviwezi kutoa faida ya kudumu kwa mtoto wa Mungu. Ikiwa chochote, kitatuondolea baraka zetu za kweli na kutuacha tukiwa maskini na tasa. Utusaidie tusianguke kwenye majaribu ya Babeli. Kote karibu nasi, tunaona wanaume na wanawake walionaswa katika kufuatia anasa, mali, na mamlaka. Utupe neema ya kuona kwamba kuna kitu cha thamani kubwa zaidi. Umetuweka huru kutoka kwa dhambi na ulimwengu huu. Sisi sasa ni mali yako. Tusaidie kusikiliza mafundisho yako na kupata furaha yetu ya kudumu na furaha ndani yako peke yako.

Sura ya 14- Wito Wa Yeremia Kunyenyekea Kwa Babeli

Kati ya manabii wote katika Agano la Kale, Yeremia alikuwa mmoja wa walio karibu sana na Babeli. Alihudumu katika siku ambazo Wababeli waliteka Yerusalemu na kuwachukua raia wake mateka. Kama manabii wengine waliomtangulia, Bwana alimwambia Yeremia kwamba siku inakuja ambapo atawaadhibu watu wake kwa ajili ya dhambi yao na uasi dhidi yake. Wakati mmoja, Bwana alimwambia nabii kuchukua chombo cha mfinyanzi na kukivunja mbele ya watu wa Yuda, akiwaambia kwamba hivi ndivyo Bwana angewatendea:

10 Ndipo hapo utalivunja gudulia lile, mbele ya macho ya watu wale waendao pamoja nawe, 11 na kuwaambia, Bwana wa majeshi asema hivi, Hivyo ndivyo nitakavyowavunja watu hawa, na mji huu, kama mtu avunjavyo chombo cha mfinyanzi, kisichoweza kutengenezwa tena na kuwa kizima; nao watazika watu katika Tofethi hata hapatabaki mahali pa kuzika. 12 Hivyo ndivyo nitakavyopatenda mahali hapa, asema Bwana, nao wakaao humo, hata kufanya mji huu kuwa kama Tofethi; 13 na nyumba za Yerusalemu, na nyumba za wafalme wa Yuda, zilizotiwa unajisi, zitakuwa kama mahali pa Tofethi; naam, nyumba zote ambazo juu ya dari zake wamelifukizia uvumba jeshi lote la mbinguni, na kuwamiminia miungu mingine sadaka za kunywewa.(Yeremia 19)

Maneno na mfano wa chombo kilichovunjika haukupokelewa vyema. Pashuri, kuhani, aliposikia maneno ya Yeremia, alimpiga na kumtia katika mikatale (Yeremia 20:1-2).

Yeremia alipoachiliwa siku iliyofuata kutoka katika mikatale, Bwana alimpa ujumbe kwa ajili ya Pashuri:

4 Maana Bwana asema hivi, Tazama, nitakufanya kuwa hofu kuu kwa nafsi yako, na kwa rafiki zako wote; nao wataanguka kwa upanga wa adui zao, na macho yako yataona hayo; nami nitatia Yuda yote katika mikono ya mfalme wa Babeli, naye atawachukua mateka mpaka Babeli, na kuwaua kwa upanga. 5 Tena mali zote za mji huu, na mapato yake yote, na vitu vyake vya thamani vyote pia, naam, hazina zote za wafalme wa Yuda, nitavitia katika mikono ya adui zao, watakaowateka nyara, na kuwakamata, na kuwachukua mpaka Babeli. 6 Na wewe, Pashuri, na watu wote wanaokaa katika nyumba yako, mtakwenda utumwani; nawe utafika Babeli, na huko utakufa, na huko utazikwa, wewe, na rafiki zako wote, uliowatabiria maneno ya uongo. (Yeremia 20)

Yeremia alitabiri kwamba Yuda angetiwa mikononi mwa Wababeli. Angewapiga kwa upanga na kuteka mali yake. Pashuri, kuhani, angechukuliwa mateka na kupelekwa Babeli.

Kinachoshangaza juu ya unabii wa Yeremia ni kwamba aliwaambia Yuda kwamba ni Bwana Mungu wao ambaye alikuwa anawatuma Wababeli dhidi yao.

4 Bwana, Mungu wa Israeli, asema hivi, Angalieni, nitazigeuza nyuma silaha za vita zilizo mikononi mwenu, ambazo kwa hizo ninyi mnapigana na mfalme wa Babeli, na Wakaldayo,

wanaowahusuru nje ya kuta zenu, nami nitazikusanya pamoja katikati ya mji huu. 5 Na mimi mwenyewe nitapigana nanyi, kwa mkono ulionyoshwa na kwa mkono hodari, naam, kwa hasira, na kwa ukali, na kwa ghadhabu nyingi. 6 Nami nitawapiga wenyeji wa mji huu, wanadamu na wanyama pia; watakufa kwa tauni kubwa.
(Yeremia 21)

Ona jinsi Mungu alivyowaambia watu wake kupitia Yeremia kwamba angepigana nao kwa "ghadhabu na ghadhabu kuu." Mungu alikuwa akiwatuma Wababeli dhidi yao kwa sababu ya uasi wao dhidi yake na kusudi lake.

Kinachoshangaza zaidi ni kwamba Yeremia aliwaambia watu wa Yuda kwamba hawakupaswa kupinga Babeli bali wakubali kutekwa kwa nchi yake na utekwa wake:

8 Nawe waambie watu hawa, Bwana asema hivi, Tazama naweka mbele yenu njia ya uzima, na njia ya mauti. 9 Yeye atakayekaa katika mji huu atakufa kwa upanga, na kwa njaa, na kwa tauni; bali yeye atakayetoka, na kujitia pamoja na Wakaldayo wanaowahusuru, yeye ataishi, na maisha yake yatakuwa nyara kwake. 10 Maana nimeweka uso wangu juu ya mji huu niuletee mabaya, wala nisiuletee mema, asema Bwana; utatiwa katika mkono wa mfalme wa Babeli, naye atauteketeza. (Yeremia 21)

Kwa muda fulani, Mungu angemtumia Nebukadneza, mfalme wa Babeli, kuadhibu Yuda kwa ajili ya dhambi yake. Angalia rejeleo la "Nebukadneza mfalme wa Babeli, mtumishi wangu," katika Yeremia 25:

8 Basi Bwana wa majeshi asema hivi, Kwa kuwa hamkuyasikiliza maneno yangu, 9 angalieni, nitapeleka watu na kuzitwaa jamaa zote za upande wa kaskazini, asema Bwana, nami nitatuma ujumbe kwa Nebukadreza, mfalme wa Babeli, mtumishi wangu, nami nitawaleta juu ya nchi hii, na juu yao wakaao ndani yake, na juu ya mataifa haya yote yaliyopo pande zote; nami nitawaangamiza kabisa, na kuwafanya kitu cha kushangaza, na kitu cha kuzomewa, na ukiwa wa daima. (Yeremia 25)

Ingawa Mungu aliruhusu adui wa Yuda amshinde na kumpokonya mali yake, Babeli haikupewa udhibiti kamili. Mungu alitumia Babeli kuwaonyesha watu wake kwamba hawangeweza kuwa na amani ya kudumu au utimilifu wa maisha mbali na Yeye, lakini hangewaacha pamoja na Babeli milele. Yeremia alitabiri kwamba Mungu angegeuza mkono wake dhidi ya Babeli baada ya miaka sabini na kuifanya nchi yao kuwa ukiwa.

10 Tena, nitawaondolea sauti ya kicheko, na sauti ya furaha, sauti ya bwana arusi, na sauti ya bibi arusi, sauti ya mawe ya kusagia, na nuru ya mishumaa. 11 Na nchi hii yote pia itakuwa ukiwa, na kitu cha kushangaza; nayo mataifa haya watamtumikia mfalme wa Babeli miaka sabini. 12 Na itakuwa miaka hiyo sabini itakapotimia, nitamwadhibu mfalme wa Babeli, na taifa lile, asema Bwana, kwa sababu ya uovu wao, nayo nchi ya Wakaldayo pia; nami nitaifanya kuwa ukiwa wa milele. (Yeremia 25)

Hatima ya Babeli ilitiwa muhuri. Kulingana na Yeremia, angekuwa ukiwa wa milele. Alikuwa na wakati wake wa utukufu, lakini utukufu huo haungedumu. Alikuwa amekuwa adui mkubwa kwa wengi, lakini mwisho wake ungekuja ghafla.

Yeremia aliwataka watu wake watii nidhamu ya Mungu kupitia Babeli. Alitabiri kwamba Mungu angeadhibu taifa lolote ambalo halitumiki Babeli na kukubali kuadhibiwa kwake kupitia kwao:

8 ""Na itakuwa, taifa lile na mfalme yule asiyetaka kumtumikia Nebukadreza, huyo mfalme wa Babeli, na kutia shingo zao katika nira ya mfalme wa Babeli, mimi nitaliadhibu taifa lile kwa upanga, na kwa njaa, na kwa tauni, asema Bwana, hata nitakapokuwa nimewaangamiza kwa mkono wake. (Yeremia 27)

Unabii wa Yeremia haukuenda vizuri katika Yuda. Manabii wa uwongo kama vile Hanania waliwaambia watu kwamba wangevunja nira ya Babeli ndani ya miaka miwili na kurudishwa kwenye ufanisi huko Yerusalemu (ona Yeremia 28:1-4).

Yeremia, hata hivyo, akiwaandikia wafungwa huko Babeli, aliwaambia watulie maishani mwao na kutafuta mafanikio ya adui yao:

4 Bwana wa majeshi, Mungu wa Israeli, awaambia hivi watu wote waliochukuliwa mateka, niliowafanya wachukuliwe toka Yerusalemu mpaka Babeli; 6 oeni wake, mkazae wana na binti; kawaozeni wake wana wenu, mkawaoze waume binti zenu, wazae wana na binti; mkaongezeke huko wala msipungue. 7 Kautakieni amani mji ule, ambao nimewafanya mchukuliwe mateka, mkauombee kwa Bwana; kwa maana katika amani yake mji huo ninyi mtapata amani. (Yeremia 29)

Kulingana na Yeremia, hakuna vita yoyote dhidi ya Babeli ambayo ingefaulu:

5 naye atamchukua Sedekia mpaka Babeli, naye atakuwako huko hata nitakapomjilia, asema Bwana; mjapopigana na Wakaldayo hamtafanikiwa.(Yeremia 32)

Yeremia aliteseka sana kwa maneno aliyosema. Babeli lilikuwa adui wa Yuda, na himizo la Yeremia la kusalimu amri kwa ukatili wake halikuthaminiwa. Tayari tumeona jinsi alivyowekwa kwenye hifadhi kwa ajili ya kuhubiri kujitiisha kwa adui. Katika Yeremia 37, tunagundua kwamba pia alitupwa gerezani kwa ajili ya unabii wake:

13 Naye alipokuwa katika lango la Benyamini, akida wa walinzi alikuwapo, jina lake Iriya, mwana wa Shelemia, mwana wa

Hanania; akamkamata Yeremia, nabii, akisema, Unakwenda kujiunga na Wakaldayo. 14 Ndipo Yeremia akasema, Ni uongo, siendi kujiunga na Wakaldayo; lakini yeye asimsadiki; basi Iriya akamkamata Yeremia, akamleta kwa wakuu. 15 Nao wakuu wakamkasirikia Yeremia, wakampiga, wakamtia gerezani katika nyumba ya Yonathani, mwandishi; kwa maana ndiyo waliyoifanya kuwa gereza. (Yeremia 37)

Bila kuridhika na Yeremia kuwa gerezani, viongozi wa Yuda walimwendea mfalme na kumwomba auawe kwa sababu, katika mawazo yao, hakuwa akitafuta ustawi wa watu bali alikuwa akiegemea upande wa adui wao:

1 Na Shefatia, mwana wa Matani, na Gedalia, mwana wa Pashuri, na Yukali, mwana wa Shelemia, na Pashuri, mwana wa Malkiya, wakayasikia maneno ambayo Yeremia aliwaambia watu wote, kusema, 2 Bwana asema hivi, Akaaye ndani ya mji huu atakufa kwa upanga, na kwa njaa, na kwa tauni; bali yeye atokaye kwenda kwa Wakaldayo ataishi, naye atapewa maisha yake yawe kama nyara, naye ataishi. 3 Bwana asema hivi, Bila shaka mji huu utatiwa katika mikono ya jeshi la mfalme wa Babeli, naye atautwaa. 4 Ndipo wakuu wakamwambia mfalme, Twakuomba, mtu huyu auawe, kwa kuwa aidhoofisha mikono ya watu wa vita, waliobaki katika mji huu, na mikono ya watu wote, kwa kuwaambia maneno kama hayo; maana mtu huyu hawatafutii watu hawa heri, bali shari. (Yeremia 38)

Mfalme alipomkabidhi Yeremia mikononi mwa viongozi hao, walimtupa ndani ya kisima kilichoachwa na kumwacha afe.

Kama ilivyotabiriwa, Babeli iliteka jiji la Yerusalemu. Wafanyakazi wenye ujuzi na raia mashuhuri walichukuliwa mateka na kurudishwa Babeli, ambako wangekaa kwa miaka sabini. Hata hivyo, Yeremia aliachwa katika Yuda, ambako angeendelea kuwahudumia watu wake.

Maneno ya Yeremia kuhusu Babeli hayakuisha watu walipopelekwa uhamishoni. Alitabiri kwamba baada ya miaka sabini, mkono wa Mungu ungehukumu Babeli kwa ajili ya dhambi yake. Akizungumza katika Yeremia 50, nabii alisema:

> 1 Neno hili ndilo alilosema Bwana, katika habari za Babeli, na katika habari za Wakaldayo, kwa kinywa cha Yeremia, nabii. 2 Tangazeni katika mataifa, Mkahubiri na kutweka bendera; Hubirini, msifiche, semeni, Babeli umetwaliwa! Beli amefedheheka; Merodaki amefadhaika; Sanamu zake zimeaibishwa, Vinyago vyake vimefadhaika. (Yeremia 50)

Kulingana na Yeremia, Bwana alikuwa akitayarisha muungano wa mataifa makubwa kuteka nyara Babeli:

> 9 Kwa maana juu ya Babeli nitaamsha na kuleta kusanyiko la mataifa makubwa, toka nchi ya kaskazini; nao watajipanga juu yake; kutoka huko atatwaliwa; mishale yao itakuwa kama ya mtu shujaa aliye stadi; hapana hata mmoja utakaorudi bure. 10 Nao Ukaldayo utakuwa mateka; wote wautekao watashiba, asema Bwana. (Yeremia 50)

Mungu angetega mtego Babeli, naye angenaswa katika mtego Wake:

> 23 Imekuwaje nyundo ya dunia yote Kukatiliwa mbali na kuvunjwa? Imekuwaje Babeli kuwa ukiwa Katikati ya mataifa? 24 Nimekutegea mtego, Ee Babeli, nawe ukanaswa, nawe ulikuwa huna habari; umeonekana, ukakamatwa, kwa sababu ulishindana na Bwana. (Yeremia 50)

Ingawa Babeli lilikuwa na nguvu nyingi, 'lingekatwa na kuvunjwa. Babeli Mkubwa angeharibiwa:

> 1 Bwana asema hivi, Angalia, nitaamsha juu ya Babeli, na juu yao

wakaao Leb-kamai 2 Nami nitapeleka wageni mpaka Babeli, watakaompepea; nao wataifanya nchi yake kuwa tupu; kwa kuwa katika siku ya taabu watakuwa juu yake pande zote. (Yeremia 51)

Yeremia alitabiri kwamba Mungu atalipiza kisasi juu ya Babeli, atakausha bahari yake na kuiacha kama rundo la magofu:

36 Basi, Bwana asema hivi, Tazama, nitakutetea, nami nitatwaa kisasi kwa ajili yako; nami nitaikausha bahari yake, nitaifanya chemchemi yake kuwa pakavu. 37 Na Babeli utakuwa magofu, makao ya mbwa-mwitu, ajabu, na mazomeo, pasipo mtu wa kukaa huko. (Yeremia 51)

Unabii wa Yeremia kuhusu Babeli unaweza kutatanisha. Wito wake wa kujinyenyekeza kwake na uharibifu wake ulikuwa wa kutatanisha kwa watu wa Yuda katika siku zake. Tunachohitaji kuelewa, hata hivyo, ni kwamba watu wa Mungu walikuwa wamempa kisogo. Walikuwa wamemkasirisha Mungu kwa kusisitiza kuwa kama mataifa ya kipagani yaliyowazunguka. Israeli waliabudu miungu ya kigeni na kuchagua kuishi kama majirani zao, na kuacha sheria ya Mungu.

Mungu alichagua kuwaadhibu watu wake kwa ajili ya dhambi zao kwa kumkabidhi kwa aina ya watu aliotaka kuwa. Babeli lilikuwa taifa lenye uchu wa madaraka, na kutafuta raha na kutamani mali na mali. Mungu aliwakabidhi watu wake kwa Babeli ili kumwadhibu na kumfundisha kwamba hilo halikuwa kusudi Lake kwa maisha yake. Wakiwa wakiishi katika taifa tajiri zaidi na lenye nguvu zaidi duniani wakati huo, watu wa Mungu wangeelewa kile walichokosa. Wangetumikia kazi ya Babeli kwa muda wa miaka sabini, wakitamani sikuzote nchi yake na kuomboleza kwa ajili ya hasara yake.

Miaka sabini ilipokwisha, Mungu angewaonyesha yale ambayo

yangetokea kwa taifa lililotumikia mamlaka, anasa na mali na kumwacha Mungu wa Israeli. Wangetazama Babeli mkuu akiharibiwa. Wangeona jinsi ilivyokuwa bure kutumaini mali, mamlaka na ushawishi wa ulimwengu. Ingawa Babeli ilikuwa na nguvu, ingeanguka. Utajiri wake haungemlinda kutokana na maadui zake. Utajiri na ushawishi wa Babeli vyote vingeshindwa mwishowe. Yeye ambaye alijaribu ulimwengu angeishia kuachwa na tasa. Hakukuwa na tumaini la kudumu katika Babeli. Hili ni somo ambalo sote tunapaswa kujifunza. Mungu atupe utambuzi wa kuona ubatili wa anasa za Babeli. Ni katika Bwana Mungu tu tunaweza kupata utimilifu wa maisha.

Maombi:

Bwana Mungu, sote tumejaribiwa na vivutio vya ulimwengu huu. Mwili wetu unatamani kuridhika, lakini yote ambayo ulimwengu hutoa ni ya muda tu. Utufundishe tusipoteze maisha yetu kwa ajili ya mambo ya ulimwengu huu. Tusaidie kuelewa kwamba ni kwa kuishi kwa ajili Yako tu ndipo tunaweza kupata utoshelevu tunaohitaji. Baba ni mara ngapi maisha yetu ya Kikristo yameathiriwa na ulimwengu, anasa zake, na mali zake. Tusaidie kuona ndani Yako hazina ya kweli ambayo mioyo yetu inatamani kupata. Asante kwa mambo mazuri uliyotupatia hapa duniani. Tufundishe, hata hivyo, kutoruhusu mambo haya kusimama kati yetu na uhusiano wa kina na wa karibu na Wewe.

Sura ya 15- Ezekieli: Kutamani Babeli

Tofauti na Yeremia, nabii Ezekieli alienda utumwani kwa Babeli. Alianza unabii wake kwa kusema kwamba alikuwa miongoni mwa watu waliohamishwa katika nchi ya Wakaldayo. Ilikuwa wakati alipokuwa Babeli ndipo Bwana alianza kusema kupitia kwake.

1 Ikawa katika mwaka wa thelathini, mwezi wa nne, siku ya tano ya mwezi, nilipokuwa pamoja na watu waliohamishwa, karibu na mto Kebari, mbingu zilifunuka, nikaona maono ya Mungu. 2 Siku ya tano ya mwezi, nao ulikuwa ni mwaka wa tano wa kuhamishwa kwake mfalme Yehoyakini, 3 neno la Bwana lilimjia Ezekieli, kuhani, mwana wa Buzi, kwa dhahiri, katika nchi ya Wakaldayo, karibu na mto Kebari; na mkono wa Bwana ulikuwa hapo juu yake. (Ezekieli 1)

Katika maono ya kwanza ya Ezekieli, aliona viumbe hai wanne wenye umbo la mwanadamu mwenye mabawa. Kila mmoja wa viumbe hawa alikuwa na uso tofauti - mwanadamu, simba, ng'ombe na tai. Ezekieli aliona seti ya magurudumu kando ya viumbe hawa ambayo yaliwafuata popote walipokwenda. Ingawa viumbe hawa na magurudumu yalikuwa ya kutisha, hayakuwa chochote ikilinganishwa na kile nabii alichoona juu yao. Anaeleza juu ya kiti kikubwa cha enzi na mtu mwenye sura ya kibinadamu ambaye sura yake ilikuwa kama moto na mwangaza. Ezekieli anaeleza hili kama "mfano wa utukufu wa Bwana" (Ezekieli 1:28). Kwa kweli, alipoona haya, nabii akaanguka kifudifudi chini:

> *26 Na juu ya anga, lililokuwa juu ya vichwa vyao, palikuwa na mfano wa kiti cha enzi, kuonekana kwake kama yakuti samawi; na juu ya mfano huo wa kiti cha enzi, ulikuwako mfano kama kuonekana kwa mfano wa mwanadamu juu yake. 27 Nikaona kana kwamba ni rangi ya kaharabu, kama kuonekana kwa moto ndani yake pande zote, tangu kuonekana kwa viuno vyake na juu; na tangu kuonekana kwa viuno vyake na chini, naliona kana kwamba ni kuonekana kwa moto; tena palikuwa na mwangaza pande zake zote. 28 Kama kuonekana kwa upinde wa mvua, ulio katika mawingu siku ya mvua, ndivyo kulivyokuwa kuonekana kwa mwangaza ule pande zote. Ndivyo kulivyokuwa kuonekana kwake mfano huo wa utukufu wa Bwana. Nami nilipoona nalianguka kifudifudi, nikasikia sauti ya mmoja anenaye. (Ezekieli 1)*

Bwana Mungu alizungumza na Ezekieli siku hiyo na kumwita katika huduma ya kinabii. Hata hivyo, jambo la maana kwetu kutambua ni kwamba pale katika utekwa wa Babeli, tunaona uthibitisho wa kuwapo kwa Bwana. Mungu aliwaadhibu watu wake kwa kuwatuma Wababeli, lakini hangewaacha katika uhamisho wao. Alifunua uwepo wake kwa Ezekieli na kumtuma kuwa mtumishi wake katika wakati wa machafuko makubwa kwa watu wa Mungu.

Mungu alitumia matendo ya Ezekieli ili kuonyesha mambo ambayo Babeli ingewafanyia watu wake. Tunao mfano wa hili katika sura ya 12 ya unabii wake:

> *3 Basi, mwanadamu, funga tayari vyombo kwa uhamisho, ukahame wakati wa mchana mbele ya macho yao; nawe utahama toka mahali pako hapa mpaka mahali pengine mbele ya macho*

yao; labda watafahamu, wajapokuwa ni nyumba iliyoasi. 4 Nawe utatoa vyombo vyako, wakati wa mchana, mbele ya macho yao, kana kwamba ni vyombo vya kuhamishwa; nawe mwenyewe utatoka, wakati wa jioni, mbele ya macho yao, kama watu watokavyo katika kuhamishwa. 5 Toboa mahali ukutani mbele ya macho yao, ukachukue vitu kwa kuvipitisha pale. 6 Mbele ya macho yao utajitwika begani pako, na kuvichukua nje gizani; utafunika uso wako, hata usiione nchi; kwa maana nimekuweka uwe ishara kwa nyumba ya Israeli. (Ezekieli 12)

Mungu alimwita nabii kuandaa "mzigo wa uhamisho." Kwa maneno mengine, Ezekieli alipaswa kubeba mizigo kwa haraka na kuchukua kile ambacho uhamisho ungechukua ikiwa wangelazimika kutembea kwenye ncha ya upanga hadi Babeli. Alikuwa atoe mzigo huu nje ili kila mtu aweze kuuona, kuchimba shimo kwenye ukuta wa jiji na kuchukua mifuko hiyo nje kupitia shimo hilo. Hilo lilikuwa ili kuonyesha mambo ambayo yangempata mfalme wa Yuda wakati Babeli ilipoteka jiji hilo.

Katika Ezekieli 4, Bwana alimwomba Ezekieli kuchora picha ya jiji la Yerusalemu juu ya matofali. Wakati huo alipaswa kujenga ngome dhidi ya picha hiyo yenye ngumi za kubomolea na vilima vya ardhi. Tena, hii ingeonyesha kile ambacho kingetokea kwa Yerusalemu wakati Babeli ilipovamia:

1 Wewe nawe, mwanadamu, jipatie tofali uliweke mbele yako, kisha, chora juu yake mfano wa mji, yaani, Yerusalemu; 2 ukauhusuru, ukajenge ngome juu yake, na kufanya boma juu yake; ukaweke makambi juu yake, na kuweka magogo ya kuubomoa yauzunguke pande zote. 3 Kisha ukajipatie bamba la chuma, ukalisimamishe liwe ukuta wa chuma kati ya wewe na mji huo; ukaelekeze uso wako juu yake, nao utahusuriwa, nawe utauhusuru. Hili litakuwa ishara kwa nyumba ya Israeli. (Ezekieli

4)

Wakati mwingine, Bwana alimwambia Ezekieli kupitisha wembe wa kinyozi juu ya kichwa na ndevu zake. Alikuwa achukue theluthi moja ya nywele na kuzichoma moto. Alikuwa apige theluthi ya pili kwa upanga. Theluthi ya mwisho ilikuwa kutawanywa kwa upepo.

1 Nawe, mwanadamu, ujipatie upanga mkali, kama wembe wa kinyozi ujipatie, ukaupitishe juu ya kichwa chako na ndevu zako; kisha ujipatie mizani ya kupimia, ukazigawanye nywele hizo. 2 Theluthi ya hizo utaiteketeza katikati ya mji, siku za mazingiwa zitakapotimia; nawe utatwaa theluthi, na kuipiga kwa upanga pande zote; nawe utatawanya theluthi ichukuliwe na upepo, nami nitafuta upanga nyuma yake. 3 Nawe twaa nywele chache katika hizo, na kuzifunga katika upindo wa mavazi yako. 4 Nawe utatwaa tena baadhi ya hizo, na kuzitupa katikati ya moto, na kuziteketeza katika moto huo; kutoka nywele hizo moto utakuja na kuingia katika nyumba yote ya Israeli. (Ezekieli 5)

Kunyoa kichwa na ndevu za Ezekieli lilikuwa tendo la kufedhehesha. Watu waliomwona nabii wangeelewa hili. Mungu alitumia mfano huo wenye kutumika ili kuonyesha mambo ambayo yangetokea kwa watu wake. Wangefedheheshwa, jiji lao lingechomwa moto, na wangeuawa kwa upanga na kutawanywa kutoka katika nchi yao hadi uhamishoni Babeli.

Huenda mojawapo ya vielelezo vya kushtua sana vya hukumu ya Mungu inakuja katika Ezekieli 24. Hapa neno hilo la Bwana lilimjia Ezekieli, likisema:

16 Mwanadamu, tazama, ninakuondolea kwa pigo moja tunu, mteule wa macho yako; walakini hutaomboleza wala kulia, wala yasichuruzike machozi yako. 17 Ugua lakini si kwa sauti ya kusikiwa; usifanye matanga kwa ajili yake yeye aliyekufa; jipige kilemba chako, ukavae viatu vyako, wala usiifunike midomo yako, wala usile chakula cha watu. (Ezekieli 24)

Mungu alimwambia mtumishi wake kwamba atamwondolea haja ya moyo wake. Ezekieli 24:18 inatuambia kwamba tamaa ya moyo wa Ezekieli ilikuwa mke wake. Mungu alimkataza nabii huyo kulia maombolezo yetu kwa njia yoyote kwa ajili yake, akimwambia kwamba ndivyo itakavyowapata watu wake. Wangepoteza kile wanachothamini zaidi maishani, taifa lao, wana na binti zao, na waume na wake zao. Hawangepewa pendeleo la kuomboleza hasara yao bali wangefukuzwa kutoka katika nchi yao hadi uhamishoni.

Katika Yeremia, wale waliobaki Yerusalemu baada ya uvamizi wa Wababeli waligeukia Misri ili kupata msaada. Yeremia alitabiri kwamba wakifanya hivyo, wataangamia (ona Yeremia 42). Mungu alitarajia watu wake wajitiishe kwa Babeli na wasitegemee taifa lingine lolote liwakomboe. Ezekieli alitabiri jambo kama hilo alipowaambia kwamba Mungu angevunja mikono ya Misri kwa kuimarisha Babeli dhidi yao:

22 Basi Bwana MUNGU asema hivi; Tazama, mimi ni juu ya Farao, mfalme wa Misri, nami nitamvunja mikono yake, mkono ulio wenye nguvu, na huo uliovunjika, nami nitauangusha upanga ulio katika mkono wake. 23 Nami nitawatawanya Wamisri kati ya mataifa, na kuwatapanya kati ya nchi mbalimbali. 24 Nami nitaitia nguvu mikono ya mfalme wa Babeli, na kuutia upanga wangu katika mkono wake, bali mikono ya Farao nitaivunja, naye ataugua mbele yake, kwa mauguzi ya mtu aliyetiwa jeraha ya kumfisha. 25 Nami nitaitegemeza mikono ya mfalme wa Babeli, na mikono ya Farao itaanguka; nao watajua ya kuwa mimi ndimi Bwana, nitakapoutia upanga wangu katika mkono wa mfalme wa Babeli, naye ataunyosha juu ya nchi ya Misri. (Ezekieli 30)

Katika siku ambayo Mungu aliwaadhibu watu wake,

angewaondolea msaada wote wa kibinadamu. Hakungekuwa na msaada kwa ajili yao kutoka Misri. Wangekunywa kikombe cha hukumu ya Mungu kwa nguvu kamili.

Nabii Ezekieli atoa picha kali ya utekwa wa Yerusalemu. Watu wa Mungu wangeondoka na "mzigo wa uhamisho" tu. Nyumba na mashamba yao yalichomwa moto. Upanga wa Babeli ulikuwa umewachukua waume zao, wake zao, na watoto wao. Sasa wale waliobaki walitawanyika uhamishoni bila mtu yeyote wa kuwaunga mkono au kuwatia moyo katika kesi yao.

Ghadhabu ya Mungu haikuwa bila sababu. Ezekieli 23 inaeleza kwa nini Mungu alikuwa na hasira juu ya Yuda. Baada ya kuona jinsi Mungu alivyoharibu dada yake Israeli upande wa kaskazini, Yuda bado alikataa kujifunza somo lake. Licha ya kuanguka kwa Israeli kwa Waashuri, Yuda iliendelea kumwasi Mungu. Ezekieli analinganisha Yuda na kahaba aliyewatamani Wababeli:

13 Nikaona ya kuwa ametiwa unajisi; wote wawili walifuata njia moja. 14 Naye akaongeza uzinzi wake; kwa maana aliona watu waume, ambao sura zao zimeandikwa ukutani, sura za Wakaldayo zilizoandikwa kwa rangi nyekundu; 15 waliofungiwa mikumbuu viunoni mwao, na vilemba vilivyotiwa rangi vichwani mwao; wote wakuu wa kuangaliwa, kwa mfano wa wana wa Babeli katika Ukaldayo, katika nchi ya kuzaliwa kwao. 16 Na mara alipowaona aliwapendelea, akatuma wajumbe kwao hata Ukaldayo. 17 Na watu wa Babeli wakamwendea katika kitanda cha mapenzi, wakamtia unajisi kwa uzinzi wao, akatiwa unajisi nao, kisha roho yake ikafarakana nao. 18 Basi alifunua uzinzi wake, na kufunua uchi wake; ndipo roho yangu ikafarakana naye, kama ilivyofarakana na umbu lake.(Ezekieli 23)

Yuda alitamani sana Babeli na njia zake. Mungu alimkabidhi kwa tamaa zake, na Babeli ikamharibu. Babeli ilimtia unajisi na kumvua nguo. Moyo wa Mungu ulivunjika alipoutazama moyo wake ukitamani sana Babeli na njia zake. Kwa sababu ya moyo wake wa uasherati, Mungu alimwacha kwa chukizo.

Ezekieli 37 ina baadhi ya mambo muhimu ya kutuambia kuhusu uharibifu ambao ulifanyika kutokana na uvamizi wa Babeli. Katika sura hii, Bwana alimpa Ezekieli maono. Katika maono haya, Bwana alimleta kwenye bonde lililojaa mifupa. Tukio hilo ni lile la vita kubwa ambayo ilikuwa imetokea muda fulani uliopita. Mifupa ilikuwa mikavu sana, na nyama ilikuwa imeoza kutoka kwa maiti zilizotapakaa kwenye eneo la vita. Ezekieli alipoona tukio mbele yake, Bwana aliuliza swali:

> 3 Akaniambia, Mwanadamu, je! Mifupa hii yaweza kuishi? Nami nikajibu, Ee Bwana MUNGU, wajua wewe (Ezekieli 37)

Ezekieli alipomwambia Bwana kwamba Yeye pekee ndiye aliyekuwa na jibu la swali hilo, Bwana alimwambia atoe unabii juu ya mifupa. Alieleza kwamba kama alivyofanya, mifupa ingekuwa hai tena (Ezekieli 37:3-6). Ezekieli 37:7-10 inaeleza kile kilichotokea katika maono ya Ezekieli:

> 7 Basi nikatoa unabii kama nilivyoamriwa; hata nilipokuwa nikitoa unabii, palikuwa na mshindo mkuu; na tazama, tetemeko la nchi, na ile mifupa ikasogeleana, mfupa kwa mfupa mwenziwe. 8 Nikatazama, kumbe! Kulikuwa na mishipa juu yake, nyama ikatokea juu yake, ngozi ikaifunika juu yake; lakini haikuwamo pumzi ndani yake. 9 Ndipo akaniambia, Tabiri, utabirie upepo, mwanadamu, ukauambie upepo, Bwana MUNGU asema hivi; Njoo, kutoka pande za pepo nne, Ee pumzi, ukawapuzie hawa waliouawa, wapate kuishi. 10 Basi nikatabiri kama alivyoniamuru; pumzi ikawaingia, wakaishi, wakasimama kwa miguu yao, jeshi kubwa mno. (Ezekieli 37)

Mungu alimweleza Ezekieli katika mstari wa 11-14 kwamba mifupa hii iliwakilisha watu wake ambao walikuwa wamesema:

11 Kisha akaniambia, Mwanadamu, mifupa hii ni nyumba yote ya Israeli; tazama, wao husema, Mifupa yetu imekauka, matumaini yetu yametupotea; tumekatiliwa mbali kabisa. (Ezekieli 37)

Siku ilikuwa inakuja ambapo Bwana angerudisha uhai na tumaini kwa watu wake. Mifupa iliyokufa ingeishi tena chini ya baraka ya Bwana Mungu (ona Ezekieli 37:12-14).

Jambo la muhimu kwetu kuona katika Ezekieli ni jinsi watu wa Mungu walivyotamani Babeli. Walivutiwa na mtindo wake wa maisha, utajiri, na mamlaka. Hata hivyo, ili kufuatia tamaa yake, ilimbidi amwache Mungu mmoja wa kweli. Hangeweza kufuata tamaa yake kwa Babeli na kuwa mwaminifu kwa Mume wake wa Mbinguni. Alipomwacha kwa ajili ya tamaa yake, Mungu aligeuka kwa kuchukizwa. Babeli iliharibu na kuwavua nguo watu wa Mungu. Nebukadreza alimleta katika nchi yake, ambako aligundua kwamba kupendezwa kwake naye kulikuwa tu kumtumia kwa raha, burudani, na faida. Watu wa Mungu walipoteza kila kitu katika kufuatia Babeli.

Wakati huohuo, mume mmoja wa kweli wa Yuda, aliyekuwa mwaminifu sikuzote, aliahidi kwamba angemfuata, licha ya ukosefu wake wa uaminifu. Hangemsahau kamwe. Siku ilikuwa inakuja ambapo angemwokoa mke wake aliyevunjika na kumrudisha katika nchi yake ambapo angeendelea kumtunza na kumpenda.

Ezekieli aonyesha Babeli kuwa askari-jeshi mwenye tamaa mbaya, akitumia vibaya wahasiriwa wake, akiwavua nguo, na kuwaacha alipokuwa amechukua alichotaka. Yuda angegundua kwa njia hiyo ngumu kwamba mtego wa Babeli haukuwa vile alivyokuwa ametazamia.

Tunahitaji kuchukua onyo la Ezekieli kwa uzito. Raha, utajiri na ushawishi ambao ulimwengu hutoa vitakatisha tamaa mwishowe. Wengi waliotutangulia wamechukua njia hii na kuishia kuwa mikavu kama ile mifupa ambayo Ezekieli aliipata bondeni. Ni pumzi ya Mungu pekee inayoweza kutupa maisha tunayotamani. Huenda si mara zote maisha rahisi, lakini ni maisha yaliyojaa furaha, amani, na usalama. Ni maisha ambayo Mungu alituumba tuyaishi. Mungu atupe neema ya kupinga majaribu yaliyo mbele yetu ili tupate utimilifu wa Mungu anaotukusudia sisi watoto wake.

Maombi:

Bwana Mungu, Ezekieli anatuonyesha kwamba ingawa Babeli inatupa raha na mali, hatimaye itasababisha utasa na kifo. Pamoja na yote inayotolewa, ulimwengu huu hauwezi kuokoa roho zetu au kuleta uradhi Unaokusudia. Tumesikia mwito wa Babeli. Tunakiri kwamba kumekuwa na nyakati ambapo tumesimama kwa muda ili kuzingatia madai yake. Tunakubali kwamba kumekuwa na matukio ambapo tumekupa mgongo na kutamani Babeli na kile inachotoa. Utupe neema, Bwana Mungu, tukugeukie Wewe katika nyakati hizi. Utufundishe kwamba uaminifu wetu ni Kwako peke yako. Asante kwa kuwa ndani yako kuna uzima tele. Na tujifunze kukufurahia na kukupenda kwa namna ambayo vivutio vya ulimwengu huu havina maana kwetu.

Sura ya 16- Danieli: Wito Wa Babeli Wa Kuafikiana

Tumeona jinsi Nebukadreza wa Babeli alivyovamia Yuda na kuwachukua mateka wafanyakazi stadi na raia mashuhuri. Aliwaleta pamoja naye Babeli ili kutumikia kazi ya taifa lake. Fikiria aya ya mwanzo ya kitabu cha Danieli katika muktadha huu:

1 Katika mwaka wa tatu wa kumiliki kwake Yehoyakimu, mfalme wa Yuda, Nebukadreza 2 Bwana akamtia Yehoyakimu, mfalme wa Yuda, katika mkono wake, pamoja na baadhi ya vyombo vya nyumba ya Mungu; naye akavichukua mpaka nchi ya Shinari, mpaka nyumba ya mungu wake; akaviingiza vile vyombo katika nyumba ya hazina ya mungu wake. 3 Mfalme akamwambia Ashpenazi, mkuu wa matowashi wake, awalete baadhi ya wana wa Israeli, wa uzao wa kifalme, na wa uzao wa kiungwana; 4 vijana wasio na mawaa, wazuri wa uso, wajuzi wa hekima, werevu kwa sababu ya maarifa yao, wenye kufahamu elimu, watakaoweza kusimama katika jumba la mfalme; tena alimwambia awafundishe elimu ya Wakaldayo, na lugha yao. 5 Huyo mfalme akawaagizia posho ya chakula cha mfalme, na ya divai aliyokunywa, akaagiza walishwe hivyo muda wa miaka mitatu; ili kwamba hatimaye wasimame mbele ya mfalme. 6 Basi katika hao walikuwapo baadhi ya wana wa Yuda, Danieli, na Hanania, na Mishaeli, na Azaria. (Danieli 1).

Danieli alikuwa mmoja wa vijana waliochukuliwa mateka na Nebukadneza. Hapa katika fungu la kwanza la kitabu cha Danieli, twaona jinsi mfalme alivyoamuru towashi wake mkuu atafute vijana miongoni mwa mateka Wayahudi waliokuwa wazuri, wenye ustadi, na wenye akili. Alipaswa kuwachukua watu hawa na kuwazoeza kwa muda wa miaka mitatu katika lugha na fasihi ya Wakaldayo (Wababeli). Mwishoni mwa wakati huu wa mafunzo na mafundisho, vijana hawa wangekuwa watumishi wa mfalme.

Ingawa kwa njia nyingi, kuchaguliwa kwa ajili ya mazoezi hayo ya hali ya juu kungeweza kuonekana kuwa pendeleo, kumbuka kwamba vijana hao Wayahudi wangelazimika kuacha njia zao za Kiyahudi na kufuata falsafa ya maisha ya Kibabiloni. Kimsingi, mafunzo haya yalilenga kuwafanya vijana hawa Wababiloni kimawazo na kitamaduni.

Ingawa wengi wa vijana hawa waligeuka kwa hiari kutoka kwa utamaduni na imani yao ya Kiyahudi ili kuchukua maisha haya mapya, Danieli alishikilia kwa uthabiti mizizi yake. Akaazimia moyoni mwake kwamba hatajitia unajisi kwa chakula cha mfalme.

8 Lakini Danieli aliazimu moyoni mwake ya kuwa hatajitia unajisi kwa chakula cha mfalme, wala kwa divai aliyokunywa; basi akamwomba yule mkuu wa matowashi ampe ruhusa asijitie unajisi. (Danieli 1)

Babeli ilikuwa inamwomba Danieli akane imani yake na kubadili njia zake. Walimpa chakula kizuri na cha anasa, lakini Danieli alikikataa. Hilo lilikuwa jambo la kuhangaisha sana towashi mkuu, ambaye aliogopa kile ambacho mfalme angesema ikiwa afya ya Danieli ingedhoofika. Hata hivyo, Danieli alipendekeza kwamba towashi ampe chakula cha mboga na maji kwa siku kumi tu kama kesi. Mwishoni mwa wakati huu, Daniel alikuwa na afya bora kuliko vijana wengine wote. Mungu alijidhihirisha kwa Danieli alipoazimia kuwa mwaminifu.

Danieli 2 inasimulia jinsi Nebukadneza alivyoota ndoto ambayo ilimsumbua sana. Aliwaita watu wenye hekima wa taifa hilo wamfasirie ndoto hiyo, na waliposhindwa kufanya hivyo, akaamuru wauawe. Walipokuja kumchukua Danieli na rafiki zake wawaue, Danieli alijitolea kufasiri ndoto ya mfalme. Angalia kilichotukia wakati Danieli alipofasiri ndoto hii kwa mafanikio:

> 46Ndipo Nebukadreza, mfalme, akaanguka kifudifudi, akamsujudia Danieli, akatoa amri wamtolee Danieli sadaka na uvumba. 47 Mfalme akajibu, akamwambia Danieli, Hakika Mungu wenu ndiye Mungu wa miungu, na Bwana wa wafalme, awezaye kufumbua siri, kwa kuwa wewe uliweza kuifumbua siri hii. 48 Basi mfalme akamtukuza Danieli, akampa zawadi kubwa nyingi sana, akamfanya kuwa mkubwa juu ya uliwali wote wa Babeli, na kuwa liwali mkuu juu ya wote wenye hekima wa Babeli. (Danieli 2)

Mamlaka hiyo mpya ilichochea wivu wa Wababeli dhidi ya Wayahudi. Walitafuta fursa ya kuwaangamiza kama matokeo. Wakati ulifika ambapo Nebukadneza alikuwa na sanamu kubwa iliyotengenezwa na yeye mwenyewe. Maafisa wa mfalme walikusanyika kwa ajili ya kuwekwa wakfu kwa sanamu hii kuu. Wakati kila mtu alikuwa amekusanyika, tangazo lilitolewa:

> 4 Ndipo mpiga mbiu akapiga kelele akisema, Enyi watu wa kabila zote, na taifa, na lugha, mmeamriwa hivi, 5 wakati mtakapoisikia sauti ya panda, na filimbi, na kinubi, na zeze, na

santuri, na zomari, na namna zote za ngoma, lazima kuanguka na kuiabudu sanamu ya dhahabu, mfalme Nebukadreza aliyoisimamisha. 6 Na kila mtu asiyeanguka na kuabudu atatupwa saa iyo hiyo katika tanuru ya moto uwakao. (Danieli 3)

Siku hiyo, kila ofisa wa Babeli alipaswa kuinama na "kuabudu sanamu ya dhahabu".

Nebukadneza alikuwa ameweka. Yeyote ambaye angekataa kufanya hivyo angetupwa katika tanuru inayowaka moto. Babeli ilidai utii. Walihitaji kwamba kila goti liabudu sanamu yake ya dhahabu.

Siku hiyo walikuwa marafiki wa Daniel. Walikataa kuridhiana katika imani yao, na habari za kukataa huku zikamfikia mfalme. Danieli 3:8 inatuambia kwamba Wakaldayo fulani 'waliwashitaki Wayahudi kwa ubaya.

8 Basi baadhi ya Wakaldayo wakakaribia, wakaleta mashitaka juu ya Wayahudi. (Danieli 3)

Neno "uovu" lililotumiwa hapa linatuonyesha jinsi Wababeli walivyochukia sana mtu yeyote ambaye hangekubali kuongozwa na kusudi lao. Habari za marafiki wa Danieli zilipofikia masikio ya mfalme, alidai watupwe katika tanuru ya moto. Tunafahamu vizuri hadithi ya jinsi Mungu alivyowalinda marafiki wa Danieli katika tanuru hiyo, na maisha yao yaliokolewa kimuujiza. Babeli ilidai kwamba wote waliotumikia chini yake wafuate viwango na mawazo yake. Marafiki wa Danieli walihatarisha maisha yao kwa kukataa kuridhiana.

Danieli alipoendelea kujipambanua hata chini ya utawala wa mfalme Dario, mfalme aliamua kumweka juu ya ufalme wote.

3 Basi Danieli huyo alipata sifa kuliko wakubwa na maliwali, kwa kuwa roho bora ilikuwa ndani yake; naye mfalme akaazimu kumweka juu ya ufalme wote. (Danieli 6)

Kupandishwa huko kulichochea tena maofisa wengine dhidi ya Danieli, na mara moja wakatafuta njia ya kupata kosa kwake. Hili ilithibitika kuwa kazi kubwa kwa sababu ya maisha ya kielelezo ya Danieli:

4 Basi mawaziri na maamiri wakatafuta sana kupata sababu za kumshitaki Danieli kwa habari za mambo ya ufalme; lakini hawakuweza kuona sababu wala kosa; kwa maana alikuwa mwaminifu, wala halikuonekana kosa wala hatia ndani yake.
(Danleli 6)

Viongozi waliamua kwamba njia pekee ya kupata kosa lolote kwa Danieli ilikuwa kuhusiana na imani yake kwa Mungu wa Israeli (ona Danieli 6:5). Wakapanga mpango wa kutangaza amri katika nchi yote kwamba kwa muda wa siku thelathini, yeyote atakayemwabudu mungu yeyote isipokuwa mfalme Dario atatupwa katika tundu la simba (Danieli 6:6-8). Mfalme alikubali na kutia sahihi amri hiyo kuwa sheria.

Kwa mara nyingine tena, Danieli amewekwa katika hali ambayo ilimbidi kuchagua kati ya amri ya mfalme na Mungu Wake. Danieli 6:10 lilikuwa jibu lake:

10 Hata Danieli, alipojua ya kuwa yale maandiko yamekwisha kutiwa sahihi, akaingia nyumbani mwake, (na madirisha katika chumba chake yalikuwa yamefunguliwa kukabili Yerusalemu;) akapiga magoti mara tatu kila siku, akasali, akashukuru mbele za Mungu wake, kama alivyokuwa akifanya tokea hapo. (Danieli 6)

Danieli hangeacha imani yake ili kuokoa maisha yake. Kama tujuavyo katika hadithi ya Danieli, Mungu angethibitisha tena kuwa mwaminifu kwake, na alipotupwa katika tundu la simba, Mungu alimlinda ili asidhurike.

Kitabu cha Danieli kinatufundisha nini kuhusu Babeli? Inatuonyesha kwamba wale ambao wametekwa nayo wataitwa kuachana na imani yao. Babeli ilijaribu kuwazoeza tena Danieli na marafiki zake, wakidai kwamba waache imani yao kwa Mungu. Walikataa kufanya hivyo. Babeli ilidai kwamba wainamie sanamu yake ya dhahabu. Tena, marafiki wa Danieli walihatarisha maisha yao na kukataa. Mfalme Dario alidai kwamba Danieli abadili imani yake na kumwabudu, lakini Danieli alichagua kutupwa katika tundu la simba wenye njaa badala ya kukosa uaminifu kwa Mungu wa Israeli.

Babeli inadai maelewano. Tunafurahia mapendeleo yake kwa gharama ya imani na uhusiano wetu pamoja na Mungu. Ni lazima tuwe tayari kubadilisha nyama na divai yake tamu kwa mboga na maji. Tunahatarisha kazi na vyeo vyetu kwa ajili ya tanuru ya moto. Tunakabiliwa na pango la simba ikiwa hatutaafikiana. Jaribio ni kubwa, lakini wale ambao kweli ni wa Bwana watahatarisha kila kitu kwa ajili Yake. Hawatabadilisha mapendeleo ya Babeli kwa uhusiano wao na Mungu.

Maombi:

Bwana Mungu, tunaona kote kote mapendeleo na utajiri ambao ulimwengu huu unatupa. Tunakushukuru kwamba hata tumefurahia baadhi ya mapendeleo hayo kama baraka yako kwetu. Bwana, tunaomba, hata hivyo, kwamba baraka hizi kamwe zisichukue nafasi Yako. Tunaomba kwamba hakuna kitu ambacho ulimwengu huu unaweza kutoa kitakachotufanya tuwe na maelewano katika uhusiano wetu na Wewe. Tufundishe maana ya kukuona wewe kama hazina yetu kuu. Utupe neema ya kutokuwa na maelewano inapokuja katika kutembea kwetu na Wewe. Na tupewe neema ya kuhatarisha kila kitu ambacho ulimwengu huu unatupa ili kukujua Wewe na kutembea kwa uaminifu pamoja nawe. Utusaidie kupinga mvuto wa Babeli wa kulegeza imani yetu.

Sura ya 17 - Ahadi Zinazopita Za Babeli

Manabii wadogo wa Agano la Kale walijua kwamba Mungu atawahukumu watu wake kupitia Babeli. Nabii Mika alisema:

> 10. *Uwe na utungu, utaabike ili uzae, Ee binti Sayuni, kama mwanamke mwenye utungu; maana sasa utatoka mjini, nawe utakaa katika mashamba; utafika hata Babeli; huko ndiko utakakookolewa; huko ndiko Bwana atakakokukomboa katika mikono ya adui zako. (Mika 4)*

Mika alitabiri kwamba siku itakuja ambapo Sayuni angekuwa na uchungu kama mwanamke anayejifungua. Wangepelekwa Babeli, lakini Mungu hangewaacha katika uhamisho wao. Siku ingefika ambapo Mungu angewaokoa na kuwakomboa kutoka kwa mikono ya adui yake. Uzoefu, hata hivyo, ungekuwa chungu sana.

Nabii Habakuki alipochunguza ulimwengu unaomzunguka, aliona jeuri na ukosefu wa haki kila mahali. Katika mafungu ya kwanza ya kitabu chake, alilia kwa Mungu, akiuliza kwa nini Hakuingilia kati. Jibu la Bwana halikuwa kama Habakuki alitarajia:

> 5 *Angalieni, enyi mlio kati ya mataifa, katazameni, kastaajabuni sana; kwa maana mimi natenda tendo siku zenu, ambalo*

hamtaliamini hata mkiambiwa. 6 Kwa maana, angalieni, nawaondokesha Wakaldayo, taifa lile kali, lenye haraka kupita kiasi; wapitao katikati ya dunia, ili wayamiliki makao yasiyo yao. 7 Hao ni watu wa kutisha sana, wa kuogofya sana; hukumu yao na ukuu wao hutoka katika nafsi zao wenyewe. 8 Farasi zao ni wepesi kuliko chui, ni wakali kuliko mbwa-mwitu wa jioni; na wapanda farasi wao hujitapa naam, wapanda farasi wao watoka mbali sana; huruka kama tai afanyaye haraka ale. 9 Waja wote ili kufanya udhalimu; nyuso zao zimeelekezwa kwa bidii yao kama upepo wa mashariki, nao hukusanya mateka kama mchanga. 10 Naam, huwadhihaki wafalme, na wakuu ni kitu cha kudharauliwa kwake; huidharau kila ngome; kwa maana hufanya chungu ya mavumbi, na kuitwaa. (Habakuki 1)

Mungu alimwambia nabii Habakuki kwamba ikiwa angefadhaishwa na mambo aliyoona siku hiyo, hangeweza kamwe kuelewa ni nini kingetokea. Mungu angewainua Wakaldayo (Wababeli), nao wangeharibu nchi. Angalia jinsi Mungu anavyowaelezea Wakaldayo. Walikuwa watu wenye uchungu walioteka makao yasiyokuwa yao wenyewe (mstari 6). Waliogopwa na kutisha (mstari 7). Kwao, haki ilikuwa ni ile iliyowapendeza wao wenyewe (mstari wa 7). Walikuwa watu wakali na wenye kiburi waliokuja kula (mstari wa 8). Walijawa na jeuri na kuchukua mateka kama mchanga wa pwani (mstari 9).

Tunaona hapa upande mwingine wa Babeli iliyostawi. Walifurahia burudani na starehe zao. Walikuwa katika kilele cha ulimwengu, na watu waliinama kwa kila matakwa yao. Ili kufikia hatua hii, hata hivyo, walikuwa wameharibu na kuteka mataifa. Walikuwa wameua na kupora. Hangaiko lao pekee lilikuwa kwa ajili yao wenyewe, usitawi wao, na anasa zao. Babeli ilijaribu mawindo yake kwa raha na mali, lakini hakuwa mtu wa kucheza naye. Alikuwa mkatili,

mkatili na hangefikiria chochote cha kuwaangamiza wale waliojiunga naye ikiwa ingemfaa.

Katika Habakuki 2, nabii aliwaonya Wakaldayo (Babeli) juu ya hukumu yao inayokuja.

> 6 Je! Hawa wote hawatapiga mfano juu yake, na mithali ya kusimanga juu yake, wakisema, Ole wake yeye aongezaye kisicho mali yake! Hata lini? Na ole wake yeye ajitwikaye mzigo wa rehani! 7 Je! Hawatainuka ghafula wao watakaokuuma, hawataamka wao watakaokusumbua, nawe utakuwa mateka kwao? 8 Kwa sababu umeteka nyara mataifa mengi, mabaki yote ya kabila watakuteka wewe; kwa sababu ya damu ya watu, na kwa sababu ya udhalimu uliotendwa nchi hii, na mji huu, na watu wote wanaokaa ndani yake. 9 Ole wake yeye aipatiaye nyumba yake mapato mabaya, ili apate kukiweka kioto chake juu, apate kujiepusha na mkono wa uovu! 10 Wewe umeifanyia nyumba yako kusudi la aibu, kwa kukatilia mbali watu wengi, nawe umetenda dhambi juu ya roho yako. 11 Kwa maana jiwe litapiga kelele katika ukuta, nayo boriti katika miti italijibu. 12 Ole wake yeye ajengaye mji kwa damu, awekaye imara mji mkubwa kwa uovu! 15 Ole wake yeye ampaye jirani yake kileo, wewe utiaye sumu yako, na kumlevya pia, ili kuutazama uchi wao! 16 Umejaa aibu badala ya utukufu; unywe nawe, uwe kama mtu asiyetahiriwa; kikombe cha mkono wa kuume wa Bwana kitageuzwa ukipokee, na aibu kuu itakuwa juu ya utukufu wako. 17 Kwa maana udhalimu uliotendwa juu ya Lebanoni utakufunikiza, na kuangamizwa kwao wanyama kutakutia hofu; kwa sababu ya damu ya watu, na kwa sababu ya udhalimu iliotendwa nchi hii, na mji huu, na watu wote wanaokaa ndani yake. (Habakuki 2)

Katika mistari hii, Habakuki anatuonyesha kwamba mawindo ya Babeli siku moja yangegeuka dhidi yake. Wale aliowala wangeasi na kumwangamiza. Hukumu ya Mungu ingeanguka. Hakukuwa na matumaini kwa Babeli. Alitoa raha na utajiri wa muda, lakini haya yote siku moja yangevuliwa.

Ingawa Babeli lilipora watu wa Mungu, Habakuki alitabiri kwamba wangemwasi bwana wao mkatili. Bwana angekuja kuwatetea na kuwaweka huru. Hivi ndivyo pia nabii Zekaria alivyotabiri aliposema:

> 6 Haya! Haya! Ikimbieni nchi ya kaskazini, asema Bwana; kwa maana mimi nimewatawanya ninyi kama pepo nne za mbinguni, asema Bwana. 7 Haya! Ee Sayuni, jiponye, wewe ukaaye pamoja na binti Babeli. 9 Kwa maana, tazama, nitatikisa mkono wangu juu yao, nao watakuwa mateka ya hao waliowatumikia; nanyi mtajua ya kuwa Bwana wa majeshi amenituma. (Zekaria 2)

Sayuni ilikuwa "mboni ya jicho la Mungu," na Hangemwacha mikononi mwa bwana mkatili. Mshiko wa Babeli juu ya watu Wake ungevunjwa, na angekuwa nyara kwa watu Wake. Wito watolewa: "Kimbieni kutoka nchi ya kaskazini, jikimbilieni Sayuni, ninyi mnaokaa pamoja na binti Babeli." Mungu anawapa changamoto watu wake wageuke kutoka Babeli na mivuto yake. Anamsihi arudi Kwake. Wito huo bado unasikika kwa wote ambao wamedanganywa na utajiri na anasa za ulimwengu huu.

Nabii Zekaria alipata maono kuhusu mwanamke katika kikapu. Akiwa ametatanishwa na maono hayo, aliuliza kuhusu maana yake. Sauti ilijibu:

> 6 Nikasema, Ni kitu gani? Akasema, Kitu hiki ni efa itokeayo. Tena akasema, Huu ndio uovu wao katika nchi hii yote; 7 na tazama, talanta ya risasi iliinuliwa; na tazama, mwanamke akaaye katikati ya hiyo efa. 8 Akasema, Huyu ni Uovu; akamtupa chini katikati ya ile efa; akalitupa lile jiwe la risasi juu ya mdomo wa ile efa. (Zekaria 5)

Zekaria alipotazama katika maono yake, aliona malaika wawili wenye mabawa wakija. Wakainua kikapu na kwenda nacho. Zekaria alimwita malaika katika maono yake na kuuliza ni wapi walikuwa wanawapeleka wanawake katika kikapu. Malaika akajibu:

> 11 Akaniambia, Wanakwenda kumjengea nyumba katika nchi ya Shinari; tena ikiisha kutengenezwa, atawekwa huko mahali pake mwenyewe. (Zekaria 5)

Kikapu kilikuwa kinaenda Shinari huko Babeli. Malaika alimwambia Zekaria kwamba wangetayarisha nyumba kwa ajili yake huko. Hata hivyo tunafasiri maono haya ya Zekaria, tunachokiona ni kwamba kikapu hiki cha uovu kingepelekwa Shinari ambapo makao ya kudumu yangetayarishwa kwa ajili yake. Shinari ni nyumba ya uovu.

Kuna kifungu kimoja cha mwisho ambacho ningependa kuchunguza katika unabii wa Zekaria. Katika sura ya 6, neno la Bwana lilimjia nabii, likisema:

> 10 Pokea vitu mikononi mwa baadhi ya watu waliohamishwa, yaani, Heldai, na Tobia, na Yedaya; na siku iyo hiyo enenda ukaingie katika nyumba ya Yosia, mwana wa Sefania, waliyoifikia kutoka Babeli; 11 naam, pokea fedha na dhahabu, ukafanye taji, ukamvike kichwani Yoshua, mwana wa Yehosadaki, kuhani mkuu; (Zekaria 6)

Ona kwamba wahamishwa walikuwa wamewasili kutoka Babeli. Mungu alimwomba Zekaria aende kwao na kufanya taji ya fedha na dhahabu kwa ajili ya kichwa cha Yoshua, kuhani mkuu. Hawa wahamishwa walipata wapi madini haya ya thamani? Walikuwa wameichukua kutoka mahali pao pa uhamisho. Tunaona hapa utimizo wa unabii wa Habakuki, ambaye alitabiri kwamba Babiloni lingeporwa na wale ambao alikuwa amewateka. Utajiri ambao Babeli ulikuwa umechukua kutoka kwa watu wa Mungu ungerudishwa kwao.

Zekaria pia alitabiri kwamba hekalu lingine lingejengwa na mtu ambaye jina lake lilikuwa Tawi. Mtu huyu angekaa kwenye kiti chake cha enzi na kutekeleza jukumu la kuhani juu ya watu wake. Angalia katika Zekaria 6:14 kwamba taji ya Yoshua ingekuwa katika hekalu la Bwana kama ukumbusho wa uhamisho wao na ushindi kupitia Bwana Mungu wao:

> 14 Na hizo taji zitakuwa za Heldai, na Tobia, na Yedaya; na kwa fadhili za mwana wa Sefania; ziwe ukumbusho katika hekalu la Bwana. (Zekaria 6)

Zekaria aliendelea kusema kwamba watu kutoka mbali watakuja kujenga hekalu la Bwana. Wale waliokuwa uhamishoni wangewekwa huru na kuandaa mahali pa kumwabudu Mwenyezi-Mungu, Mungu wa Israeli:

> 15 Nao walio mbali watakuja na kujenga katika hekalu la Bwana, nanyi mtajua ya kuwa Bwana wa majeshi amenituma kwenu. Na haya yatatokea, kama mkijitahidi kuitii sauti ya Bwana, Mungu wenu. (Zekaria 6)

Kuna mada kuu hapa katika manabii wadogo. Wanazungumza juu ya Babeli kuwa bwana mkatili ambaye alipata mali yake kwa kuwaharibu wengine. Hata hivyo, siku ingefika ambapo Babeli ingefichuliwa kuwa yeye ni nani. Wale aliowapora wangemgeukia. Mungu angewaweka watu wake huru kutoka mikononi mwake.

Babeli ilikuwa imewajaribu wengi na kuwaingiza katika wavu wake wa uovu. Mara moja katika mikono yake, alibana maisha kutoka kwa wahasiriwa wake. Mungu, hata hivyo, angekuja kusaidia watu wake. Alimwita akimbie na kukimbilia Sayuni (Zekaria 2:6,7). Huko

Sayuni, wangepata kile ambacho mioyo yao ilitamani. Mungu alikuwa tayari kuwaokoa watu wake kutoka katika ngome ya Babeli. Je, unaweza kusikia mwito Wake wa kukimbia na kukimbilia Sayuni? Je! umechoshwa na kuvunjwa na ulimwengu na ndoto na ahadi zake zisizoeleweka? Mikono ya Mungu iko wazi kukupokea. Fikia. Geuka kutoka kwa ubatili wa vivutio vya ulimwengu huu na upate amani na uradhi wa kweli katika kusudi la Mungu.

Maombi:

Mungu, tunatambua kwamba ulimwengu huu hutoa ahadi kubwa lakini hauwezi kutosheleza hamu ya nafsi na roho zetu. Vivutio na anasa za Babeli zimewavuta wengi, lakini wameachwa tupu na kavu. Baba, tusaidie tuone uwongo unaosema kwamba ulimwengu huu unaweza kutosheleza tamaa zetu za ndani kabisa. Utusaidie kutazama zaidi ya anasa za muda kwa utimilifu tulionao ndani Yako. Asante kwamba kuna furaha na kutosheka kwa nafsi na roho ndani Yako. Tunaomba ufichue ukweli huu kwa wale wanaoendelea kutafuta maana duniani. Maisha yetu na yaonyeshe furaha na furaha ya kukujua Wewe.

Sura ya 18- Kuachiliwa Kutoka Kukamatwa Na Babeli

Vitabu vya Ezra na Nehemia vinasimulia hadithi ya kuachiliwa kwa Israeli kutoka mikononi mwa Babeli. Baada ya muda, taifa la Uajemi liliwashinda Wababiloni wakatili. Katika mwaka wa kwanza kabisa wa utawala wa Mfalme Koreshi wa Uajemi (Ezra 1:1), alitoa tangazo lifuatalo kuhusu Wayahudi katika eneo lake jipya lililotekwa:

3 Basi kila mtu katika ninyi nyote mlio watu wake, Bwana, Mungu wake, na awe pamoja naye, na akwee mpaka Yerusalemu, ulioko Yuda, akaijenge nyumba ya Bwana, Mungu wa Israeli, (yeye ndiye Mungu), iliyoko Yerusalemu. 4 Na mtu awaye yote aliyesalia mahali po pote akaapo hali ya ugeni, na asaidiwe na watu wa mahali pake, kwa fedha, na dhahabu, na mali, na wanyama, zaidi ya vitu vitolewavyo kwa hiari ya mtu, kwa ajili ya nyumba ya Mungu, iliyoko Yerusalemu. (Ezra 1)

Chini ya Koreshi wa Uajemi, Wayahudi waliwekwa huru kurudi katika nchi yao ili kuijenga upya nyumba ya Bwana. Koreshi alitoa amri kwamba wale wote ambao wangeweza kusaidia kwa dhahabu, fedha, wanyama, au matoleo mengine yoyote wafanye hivyo, ili nyumba ya BWANA iweze kujengwa upya. Hili lilikuwa ni tangazo la kushangaza kutoka kwa mfalme mpagani. Kinachoshangaza zaidi ni kwa nini Koreshi alifanya uamuzi huu:

1 Ikawa katika mwaka wa kwanza wa Koreshi, mfalme wa Uajemi, ili kwamba neno la Bwana alilolisema kwa kinywa cha Yeremia lipate kutimizwa, Bwana akamwamsha roho yake Koreshi, mfalme wa Uajemi, hata akapiga mbiu katika ufalme wake wote, akaiandika pia, akisema, 2 Koreshi, mfalme wa Uajemi asema hivi; (Ezra 1)

Mwenyezi-Mungu, Mungu wa Israeli, alisema na Koreshi na kumwambia kwamba atamjengea nyumba huko Yerusalemu. Amri hii ya Koreshi ingethibitika kuwa muhimu. Watu wa Mungu walipojishughulisha na ujenzi wa hekalu na jiji la Yerusalemu, adui zao walianza kupinga na kufanya yote wanayoweza ili kuzuia kazi ya kujenga upya jiji hilo.

Pindi moja, chini ya utawala wa Dario, mamlaka ya Israeli ya kujenga upya jiji la Yerusalemu yalitiliwa shaka. Kwa kujibu, Israeli waliwajulisha adui zao kuhusu amri ya Koreshi. Habari za amri hiyo ziliwashangaza maadui wa Israeli, ambao mara moja walimwandikia barua Mfalme Dario ili kupata uthibitisho. Tunayo nakala ya barua hiyo katika Ezra 5:8-17 ambayo inasomeka hivi:

8 Na ajue mfalme ya kuwa sisi tuliingia nchi ya Yuda, tukafika kunako nyumba ya Mungu mkuu, iliyojengwa kwa mawe makubwa, na miti imetiwa katika kuta zake, na kazi hii inaendelea kwa bidii, na kusitawi katika mikono yao. 9 Ndipo tukawauliza wale wazee, tukawaambia hivi, Ni nani aliyewapa amri kuijenga nyumba hii, na kuumaliza ukuta huu? 10 Tukawauliza pia majina yao, ili kukuarifu wewe, tupate kuandika majina ya watu waliokuwa wakubwa wao. 11 Wakatujibu hivi, wakasema, Sisi tu watumishi wa Mungu wa mbingu na nchi, nasi tunaijenga nyumba iliyojengwa zamani sana, yapata miaka mingi, ambayo mfalme mkuu wa Israeli aliijenga na kuimaliza. 12 Lakini hapo baba zetu walipomkasirisha Mungu wa mbingu na nchi, hata akaghadhibika, akawatia katika mkono wa Nebukadreza, mfalme wa Babeli, Mkaldayo, naye ndiye aliyeiharibu nyumba hii, akawachukua watu mateka mpaka Babeli. 13 Lakini katika mwaka wa kwanza wa Koreshi, mfalme wa Babeli, Koreshi, mfalme, alitoa amri ijengwe tena nyumba ya Mungu. 14 Na vyombo vya dhahabu na fedha, vya nyumba ya Mungu, alivyovitoa Nebukadreza katika hekalu lililokuwako Yerusalemu, na kuviingiza katika hekalu la Babeli, vyombo hivyo mfalme Koreshi alivitoa katika hekalu la Babeli, akakabidhiwa mtu, jina lake Sheshbaza, ambaye alikuwa amemfanya liwali; 15 naye akamwambia, Chukua vyombo hivi, uende, ukavitie katika hekalu lililoko Yerusalemu, na nyumba ya Mungu na ijengwe mahali pake. 16 Ndipo ye yule Sheshbaza alipokuja, akaupiga msingi wa nyumba ya Mungu iliyoko Yerusalemu; na tangu wakati ule hata leo imekuwa ikijengwa, wala bado haijamalizika. 17 Basi, sasa, mfalme akiona vema, watu na watafute katika nyumba ya hazina ya mfalme, iliyoko huko Babeli, kama ni kweli ya kuwa mfalme Koreshi alitoa amri kuijenga nyumba hiyo ya Mungu katika Yerusalemu, na mfalme akatuletee habari ya mapenzi yake katika jambo hili.(Ezra 5)

Walipopekua kumbukumbu za Babeli, walipata tangazo la Koreshi. Kwa kuwa Waisraeli walitii amri rasmi ya Uajemi, maadui wao waliwaruhusu kuendelea na kazi ya ujenzi. Ingawa Mungu angeweza kusema na mtu yeyote kuhusu kujengwa upya kwa Yerusalemu, alichagua kuzungumza na Koreshi. Amri ya Koreshi hatimaye ingewanyamazisha maadui wa Israeli. Maadui wa Israeli wangeweza kukataa amri ya Mungu, lakini walihisi kwamba wanapaswa kufuata amri rasmi ya Uajemi. Mungu alijua ni nini hasa alichokuwa akifanya alipomwagiza mfalme mpagani atoe tamko la kuujenga upya mji wa Yerusalemu.

Jibu la Mfalme Dario kwa barua aliyoandikiwa pia ni ya kushangaza sana:

7 iacheni kazi hii ya nyumba ya Mungu, msiizuie; waacheni liwali wa Wayahudi, na wazee wa Wayahudi, waijenge nyumba hii ya Mungu mahali pake. 8 Tena, natoa amri kuwaagiza ninyi mtakayowatendea wazee hao wa Wayahudi, kwa kazi hii ya kuijenga nyumba ya Mungu; katika mali ya mfalme, yaani, katika kodi za nchi iliyo ng'ambo ya Mto, watu hao wapewe gharama zote kwa bidii, ili wasizuiliwe. 9 Na kila kitu wanachokihitaji, katika ng'ombe wachanga, na kondoo waume, na wana-kondoo, kwa sadaka za kuteketezwa watakazomtolea Mungu wa mbinguni, na ngano, na chumvi, na divai, na mafuta, kama makuhani walioko Yerusalemu watakavyosema, na wapewe vitu hivyo vyote siku kwa siku, msikose kuwapa; 10 wapate kumtolea Mungu wa mbinguni sadaka zenye harufu nzuri, na kumwombea mfalme, na wanawe, wapate uzima. 11 Pia nimetoa amri kwamba, mtu awaye yote atakayelibadili neno hili, boriti na itolewe katika nyumba yake, akainuliwe na kutungikwa juu yake; tena nyumba yake ikafanywe jaa kwa ajili ya neno hili. 12 Na Mungu huyu, aliyelifanya jina lake likae pale, na aangamize wafalme wote, na watu wote, watakaonyosha mikono yao kulibadili neno hili, na kuiharibu nyumba hii ya Mungu, iliyoko Yerusalemu. Mimi, Dario, nimetoa amri; na ifanyike kwa bidii nyingi.(Ezra 6)

Dario aliamuru kwamba majirani wa Israeli wawaruhusu kujenga upya jiji na nyumba ya Mungu. Pia aliamuru kwamba gharama hiyo ilipwe kutokana na mapato ya kifalme. Wayahudi walipaswa kupewa kila kitu walichohitaji kila siku ili kuendeleza kazi hiyo. Zaidi ya hayo, ikiwa yeyote angebadili tangazo la Dario au kulipuuza, alipaswa kutundikwa kwenye mti uliochukuliwa kutoka katika nyumba yake mwenyewe. Mungu aliwasukuma wote wawili Koreshi na Dario kusimama imara nyuma ya kujengwa upya kwa Yerusalemu na hekalu la Mungu.

Nehemia aliishi utekwani na alitumikia akiwa mnyweshaji wa Mfalme Artashasta. Pindi moja, Nehemia alijifunza kuhusu hali zenye kuhuzunisha katika nchi yake na alihuzunika sana. Huzuni hii ilionekana kwenye uso wake, na mfalme aliona hali yake. Artashasta alimwuliza Nehemia kwa nini alikuwa na huzuni sana. Nehemia alieleza hali ya nchi yake. Kisha Artashasta akamuuliza Nehemia kile angeweza kumfanyia. Nehemia kwa ujasiri aliomba ruhusa ya kusafiri hadi Yuda kusaidia kujenga upya jiji hilo. Pia aliomba barua kwa magavana wa Yerusalemu na vifaa vya ujenzi. Ingawa maombi haya yalikuwa ya ujasiri sana kwa mnyweshaji, uwepo wa Bwana ulikuwa na nguvu siku hiyo. Nehemia 2:8 inatuambia:

8 nipewe na waraka kwa Asafu, mwenye kuutunza mwitu wa mfalme, ili anipe miti ya kufanyizia boriti kwa malango ya ngome ya nyumba, na kwa ukuta wa mji; na kwa nyumba ile nitakayoingia mimi. Naye mfalme akanipa, kama mkono mwema wa Mungu wangu ulivyokuwa juu yangu.(Nehemia 2)

Kwa mara nyingine tena, Mungu alimwongoza mfalme mwingine mpagani kuandaa kujengwa upya kwa Yerusalemu. Ujenzi mpya wa Yerusalemu ulikamilika chini ya huduma za Ezra na Nehemia.

Katika kitabu cha Esta, tunasoma kuhusu jinsi mke wa Mfalme Ahasuero alivyomkaidi na kumwaibisha hadharani mbele ya wageni wake. Hii ilisababisha kuondolewa katika nafasi yake kama malkia. Utafutaji wa shamba kwa ajili ya mtu mwingine ulimleta Esta kwenye nyumba ya mfalme. Alimpendeza Mfalme Ahasuero, naye akamfanya kuwa malkia.

Cheo cha Esta akiwa malkia kilithibitika kuwa muhimu kwa watu wa Mungu. Njama ya kuwaua Wayahudi ilipofichuliwa, Esta aliomba ruhusa kwa mume wake ili Wayahudi wajitetee dhidi ya adui zao. Mfalme alikubali ombi lake, na zaidi ya maadui 75,000 wa Wayahudi waliuawa:

16 Basi Wayahudi wengine waliobaki katika majimbo ya mfalme wakakusanyika ili kutetea uhai wao, wakapata kitulizo kutoka kwa adui zao na kuua watu 75,000 kati ya wale waliowachukia, lakini hawakuweka mikono juu ya nyara. (Ezra 9)

Ezra, Nehemia, na Esta ni vitabu muhimu kwa yale wanayotufundisha kuhusu uwezo wa Mungu juu ya Babeli na ushawishi wake. Mungu alishinda Babeli kupitia Waajemi. Mungu alirudisha kile ambacho Babeli walikuwa wamenyang'anya kutoka kwao kwa kutumia wafalme wa kipagani. Aliusukuma moyo wa Koreshi kurejesha jiji la Yerusalemu na hekalu. Alithibitisha ahadi yake kwa njia ya Dario kwa kutishia kifo kwa yeyote ambaye alipinga kujenga upya kile ambacho Babeli ilikuwa imeharibu. Bwana, Mungu wa Israeli, alitoa kwa ajili ya kazi ya kujenga upya kupitia Mfalme Artashasta. Aliwashinda maadui wa watu wake chini ya Esta kupitia kwa mfalme Ahasuero.

Utawala wa Babeli ulikuwa wa muda. Kama ua, lilichanua kwa muda, lakini lingefifia na kusahaulika. Wale walioitumainia Babeli wangekatishwa tamaa. Wale ambao walikuwa wamefungwa na Babeli wanaweza kuwekwa huru. Babeli ilipoanguka, Israeli ilibaki na kufanikiwa chini ya Mungu wake.

Babeli hutoa anasa na mali zake, lakini mambo haya ni ya muda mfupi tu. Wote watavuliwa kutoka kwetu, nasi tutasimama mbele ya Muumba wetu kutoa hesabu ya maisha yetu. Katika Luka 8, Yesu alitoa mfano kuhusu mpanzi. Alipokuwa akipanda mbegu zake, nyingine zilianguka kwenye miiba. Yesu alieleza maana ya jambo hili kwa wanafunzi wake katika Luka 8:14 aliposema:

> *14 Na zilizoanguka penye miiba ni wale waliosikia, na katika kuenenda kwao husongwa na shughuli na mali, na anasa za maisha haya, wasiivishe lo lote. (Luka 8)*

Yesu aliwaambia wanafunzi wake kwamba miiba ni utajiri na anasa za maisha. Kulingana na Yesu, utajiri na anasa hizi zitasonga maisha yetu ya kiroho.

Mwandikaji wa Waebrania anatuambia kwamba Musa, ambaye alilelewa katika nyumba ya binti ya Farao, alifurahia raha na mapendeleo yote maishani. Anaendelea kusema, hata hivyo, kwamba alichagua kuzipa kisogo hizi "anasa za upesi," akaamua badala ya kuteseka kwa ajili ya Mungu:

> *24 Kwa imani Musa alipokuwa mtu mzima, akakataa kuitwa mwana wa binti Farao; 25 akaona ni afadhali kupata mateso pamoja na watu wa Mungu kuliko kujifurahisha katika dhambi kwa kitambo; (Waebrania 11)*

Musa alielewa kwamba kulikuwa na jambo lenye kuridhisha zaidi maishani kuliko "raha za haraka za dhambi." Mtu huyu alikabidhi maisha yake kwa Mungu. Alipata uwepo wa Mungu na nguvu kwa njia ambayo watu wachache wamewahi kupata uzoefu. Uwepo wa Mungu ungekuwa na nguvu juu yake hata uso wake ungeng'aa kwa utukufu wake. Ninaamini kwamba Musa hangeweza kamwe kubadilisha hii kwa "starehe za haraka" za Misri. Aliridhika na Mungu Wake. Maisha yake yalikuwa na kusudi na maana. Hiki kilikuwa kitu ambacho raha za Misri hazingeweza kamwe kutoa.

Sikiliza maneno ya Daudi kama yalivyoandikwa katika Zaburi 16:

5 BWANA ndiye fungu langu mteule, na kikombe changu; unashikilia kura yangu. 6 Kamba zimeniangukia mahali pazuri; hakika mimi nina urithi mzuri. 7 Namhimidi BWANA anipaye shauri; usiku pia moyo wangu hunifundisha. 8 Nimemweka BWANA mbele yangu daima; kwa kuwa yuko mkono wangu wa kuume, sitatikisika. 9 Kwa hiyo moyo wangu unafurahi, na nafsi yangu yote inashangilia; mwili wangu nao unakaa salama. 10 Kwa maana hutaiacha nafsi yangu katika Kaburi, wala hutamwacha mtakatifu wako aone uharibifu. 11 Umenijulisha njia ya uzima; mbele zako kuna furaha tele; mkono wako wa kuume ziko raha za milele. (Zaburi 16)

Daudi, mtunga-zaburi, alifurahia urithi mzuri ambao Bwana alikuwa amempa. Alimbariki Bwana kwa shauri lake. Alikuwa na ujasiri kwa sababu Bwana alikuwa mkono wake wa kuume. Moyo wake ukafurahi; maisha yake yote yalifurahi. Aliishi kwa usalama. Mbele za Bwana wake, alipata "ujazo wa furaha" na "raha za milele." Starehe hizi zilizidi "starehe za dhambi za upesi." Nafsi yake ingefurahi na kutosheka katika Mungu.

Ezra, Nehemia, na Esta wanatufundisha kwamba Babeli, utajiri wake, anasa, na cheo chake vitaanguka. Tunapokazia fikira ulimwengu huu, ni nini kitakachotokea wakati mali na anasa zake zitakapoondolewa kutoka kwetu? Je, tutaridhika na anasa za dhambi za muda mfupi wakati kuna raha za milele kwenye mkono wa kuume wa Mungu?

Maombi:

Bwana, unatuonyesha kuwa nguvu kama Babeli, wakati wake ni mdogo. Atapenda ua lakini atafifia haraka. Babeli, pamoja na mali na anasa zake, haitadumu. Unatuonyesha katika Ezra na Nehemia kwamba ulishinda taifa hili kubwa na kuwaokoa watu wako kutoka mikononi mwake. Ninaomba Bwana kwamba ungefanya hivyo leo. Hata katika kanisa la siku zetu tunapata wengi ambao wameingia kwenye tamaa na mali za ulimwengu huu. Baba, tunatambua kuwa umetupa baraka nyingi, lakini utusaidie tusiruhusu baraka hizi kuwa miungu maishani mwetu. Utufundishe tusiishi kwa ajili ya ulimwengu bali Wewe. Tusaidie kuwa na shukrani na kufurahia mambo mazuri Unayotoa, lakini kamwe usiruhusu anasa za ulimwengu huu kusongesha uhusiano wetu na Wewe. Ni katika Wewe pekee tunapata furaha ya kweli na kutosheka maishani. Katika Wewe tu zimo raha za milele. Tusaidie kujua utimilifu wa furaha ndani Yako na kusudi lako.

Sura ya 19- Neema Ya Mungu Kwa Babeli

Mbali na kitabu cha Ufunuo, marejeo ya Babeli ni nadra sana katika Agano Jipya. hata hivyo, kuna marejeleo mawili ambayo ningependa kuyagusia katika sura hii.

Rejeo la kwanza la Agano Jipya liko katika Matendo 2. Mahali palikuwa Yerusalemu wakati wa sherehe ya Pentekoste. Wanafunzi walipokusanyika, Matendo 2:2-3 inaeleza kilichotokea:

> *1 Hata ilipotimia siku ya Pentekoste walikuwako wote mahali pamoja. 2 Kukaja ghafula toka mbinguni uvumi kama uvumi wa upepo wa nguvu ukienda kasi, ukaijaza nyumba yote waliyokuwa wameketi. 3 Kukawatokea ndimi zilizogawanyikana, kama ndimi za moto uliowakalia kila mmoja wao. 4 Wote wakajazwa Roho Mtakatifu, wakaanza kusema kwa lugha nyingine, kama Roho alivyowajalia kutamka. (Matendo 2)*

Tukio hili lilikuwa la kelele sana na lilivuta umati wa watu. Umati mkubwa wa watu waliochanganyikiwa walikuja kuona kinachoendelea. Walipofika, Matendo 2:6 inatuambia kwamba waliwasikia wanafunzi hawa wakizungumza lugha mbalimbali:

> *5 Na walikuwako Yerusalemu Wayahudi wakikaa, watu watauwa,*

watu wa kila taifa chini ya mbingu. 6 Basi sauti hii iliposikiwa makutano walikutanika, wakashikwa na fadhaa, kwa kuwa kila mmoja aliwasikia wakisema kwa lugha yake mwenyewe. (Matendo 2)

Watu waliokusanyika siku hiyo walikuwa kutoka mataifa mbalimbali. Kila mmoja wao aliwasikia wanafunzi wakizungumza kwa lugha yao.

7 Wakashangaa wote, wakastaajabu wakiambiana, Tazama, hawa wote wasemao si Wagalilaya? 8 Imekuwaje basi sisi kusikia kila mtu lugha yetu tuliyozaliwa nayo? (Matendo 2)

Kinachovutia hasa hapa ni orodha ya mataifa yaliyokusanywa mbele ya mitume siku hiyo. Angalia hasa katika Matendo 2:9 kwamba "wenyeji wa Mesopotamia" walikuwa katika umati.

9 Warparthi na Wamedi na Waelami, nao wakaao Mesopotamia, Uyahudi na Kapadokia, Ponto na Asia, (Matendo 2)

Pia ni jambo la maana kuona katika Matendo 2:5 kwamba Luka, mwandishi wa simulizi hii, anatuambia kwamba Wayahudi waliokuwa wamekusanyika siku hiyo walikuwa "watu watawa kutoka katika kila taifa chini ya mbingu." Kwa maneno mengine, wakaaji wa Mesopotamia waliokusanyika Yerusalemu walikuwa "watu waliomcha Mungu." Walikuwa wamekuja kwenye Pasaka ili kumwadhimisha Bwana, Mungu wa Israeli.

Kumbuka kwamba chini ya Nebukadneza, Wayahudi walikuwa wamepelekwa uhamishoni Babeli. Ingawa wengi walirudi Yerusalemu chini ya Koreshi wa Uajemi, si Wayahudi wote waliochagua kuondoka Babeli. Wengine walibaki katika nchi ya uhamisho wao na kujijengea maisha.

Tunapaswa kuelewa hapa kwamba Wayahudi waliokuwepo Yerusalemu kutoka Mesopotamia walikuwa ni Wayahudi waliojitolea waliokuja kusherehekea Pasaka. Ingawa hawakuwa waamini katika Bwana Yesu, walikuwa Wayahudi ambao walitenda imani yao. Waliposimama siku hiyo mbele ya mitume, walisikia kwa lugha zao "kazi kuu za Mungu" (Matendo 2:11).

Siku hiyo, Petro alisimama mbele ya umati uliokusanyika na kuhubiri wokovu katika Yesu Kristo. "Wakazi wa Mesopotamia na wale wa mataifa mengine waliguswa moyo na yale ambayo Petro alisema siku hiyo na kuwauliza mitume kile walichohitaji kufanya ili kujibu:

> 37 Walipoyasikia haya wakachomwa mioyo yao, wakamwambia Petro na mitume wengine, Tutendeje, ndugu zetu? (Matendo 2)

Angalia jibu la Petro

> 38 Petro akawaambia, Tubuni mkabatizwe kila mmoja kwa jina lake Yesu Kristo, mpate ondoleo la dhambi zenu, nanyi mtapokea kipawa cha Roho Mtakatifu. 39 Kwa kuwa ahadi hii ni kwa ajili yenu, na kwa watoto wenu, na kwa watu wote walio mbali, na kwa wote watakaoitwa na Bwana Mungu wetu wamjie. 40 Akawashuhudia kwa maneno mengine mengi sana na kuwaonya, akisema, Jiokoeni na kizazi hiki chenye ukaidi.

Petro aliwaita Wayahudi waliomcha Mungu wa Mesopotamia watubu na kumgeukia Bwana Yesu. Kwa jinsi walivyokuwa wacha Mungu, bado walikuwa wamepotea katika dhambi zao. Petro atoa tumaini kwa "wakaaji wa Babeli." "Jiokoeni na kizazi hiki chenye ukaidi," Petro akasema. Wayahudi hao waaminifu wa Mesopotamia walihitaji kuokolewa kutoka kwa falsafa ya kizazi kilichopotoka. Petro aliwaita watubu na kutafuta msamaha wa Bwana Yesu na zawadi ya Roho wake Mtakatifu (Matendo 2:38).

Wito bado unatolewa kwa "wakaaji wa Mesopotamia." Jiokoe

kutokana na "kizazi kilichopotoka" hiki. Tubu na umrudie Bwana Yesu nawe utasamehewa. Kuna tumaini kwa wale wanaobaki chini ya utumwa wa Babeli na falsafa yake. Unaweza kusema, "Hujui nilichokifanya katika kutafuta anasa na utajiri wa Babeli." Petro haweki masharti juu ya maneno yake hapa. Wito wa kutubu ni kwa wale waliokosa. Kuna msamaha kwa wote wanaokuja kwa Yesu.

Kuna kifungu kimoja zaidi ambacho ningependa kuchunguza katika sura hii. Inaonekana kuwa ni kumbukumbu nyingine pekee ya Babeli katika Agano Jipya mbali na kitabu cha Ufunuo. Sikiliza kile Petro alichowaambia wasomaji wake alipokuwa akihitimisha waraka wake wa kwanza:

> 13 Mwenzenu mteule hapa Babeli awasalimu, na Marko mwanangu. (1 Petro 5)

Petro atuma salamu kutoka kwa "yeye aliyeko Babeli." Ona kwamba anazungumza kumhusu kama "mteule." Kwa maneno mengine, "yeye" alikuwa mwamini mwenza katika Bwana Yesu Kristo, aliyechaguliwa naye na kusamehewa kwa kifo chake msalabani.

Ni lazima kushughulikia maswali mawili ikiwa tunataka kuelewa kile Petro anasema katika kifungu hiki. Swali la kwanza kati ya haya linahusu utambulisho wa "yeye aliyeko Babeli." Wafasiri wengine hutafsiri hii kuwa mtu mahususi. Wafafanuzi wengi wanakubali kwamba mrejezo wa "yeye aliye katika Babeli" unarejelea kanisa la Kikristo. Kwa maneno mengine, kulikuwa na waamini wa kweli sasa katika eneo la Babeli.

Petro alipohubiri siku ya Pentekoste, karibu watu elfu mbili walikuja kumjua Bwana Yesu na wakawa Wakristo. Miongoni mwa wale waliosikia ujumbe huo walikuwa "wakaaji wa Mesopotamia."

Waumini hawa wapya wangerudi katika nchi yao na injili ya Yesu Kristo. Ingekuwa na maana basi kwamba kanisa lingeanzishwa katika eneo hilo.

Swali la pili tunalohitaji kuuliza kuhusu 1 Petro 5:13 linahusiana na utambulisho wa Babeli. Kuna maoni mawili hapa. Ya kwanza ni kwamba Babeli inarejelea eneo karibu na Mto Eufrati ambapo watu wa Mungu walikuwa wamepelekwa uhamishoni.

Mtazamo wa pili ni kwamba wakati Petro anazungumza juu ya Babeli, anarejelea Rumi.

Watu wa Kiyahudi kwa kipindi hiki waliiona Roma kama falme ya nne kati ya falme nne katika Danieli 7 ambayo ingekandamiza Israeli, mrithi wa Babeli. Baadhi ya vipengele vya Dini ya Kiyahudi vya wakati ule vilikuwa vimehamisha kwa urahisi unabii wa kuangamia kwa Babeli katika Agano la Kale hadi kwenye milki mpya ya Rumi (uhamisho uliosisitizwa kwa urahisi baada ya 70 A.D.). "Babeli" kwa hiyo ilikuwa ni neno la siri la kawaida kwa Roma (ingawa "Edomu" lilikuwa maarufu zaidi kwa marabi wa baadaye).

("The IVP Bible Background Commentary: Old Testament and New Testament 2nd Ed." Marion, IA: Laridian, Inc., 2014. O.T.: © 2000 na John H. Walton, Victor H. Matthews na Mark W. Chavalas; NT : © 2014 na Craig S. Keener. Haki Zote Zimehifadhiwa.)

Kwa mtazamo huu, Roma ilionwa kuwa Babeli kwa sababu ilikandamiza watu wa Mungu kama vile Babeli ya kale ilivyokuwa imefanya. Ninaacha chaguo kwa msomaji kuamua. Hata hivyo, lililo muhimu kutambua ni kwamba Babeli, katika akili ya watu wa Mungu, ilikuja kuwakilisha uonevu na ulimwengu. Tutachunguza jambo hilo kwa undani zaidi katika kitabu cha Ufunuo.

Kutoka kwa vifungu hivi viwili katika Matendo na 1 Petro, tunahitaji kuona kwamba neema ya Mungu inatolewa kwa wote wanaoishi Babeli. Petro, akizungumza na wakazi wa Mesopotamia katika Matendo 2, aliwapa uhuru na msamaha ikiwa watamgeukia Bwana Yesu na kujiokoa kutoka kwakizazi kilichopotoka. 1 Petro 5 inatuonyesha kwamba Mungu anaweza kuwaokoa watu kwa ajili Yake hata kule Babeli.

Mshiko wa Babeli umekatika katika injili ya Yesu. Petro alitangaza uhuru katika nafsi ya Bwana Yesu na habari njema ya msamaha katika kifo chake. Wanaume na wanawake kutoka mataifa na lugha zote wanapitia wokovu na ukombozi wa Mungu kupitia Mwanawe. Mshiko wa dunia hii, vivutio vyake na vishawishi vimevunjwa kwa uwezo wa Mungu. Je, unahisi uhitaji wa kuachiliwa kutoka katika kufuatia ufuatiaji usio na mwisho wa Babeli wa ubatili na anasa za kilimwengu? Kuna neema na uponyaji katika nafsi ya Bwana Yesu.

Maombi:

Baba, tunapotazama vifungu hivi viwili vya Agano Jipya, tunavutiwa na jinsi unavyotoa neema kwa wote walionaswa katika kuutafuta ulimwengu huu, anasa zake, na vivutio. Tumeona watu wengi wasiohesabika wakitanga-tanga kutoka kwenye njia ya uadilifu wakitafuta mali, cheo, na anasa za ulimwengu. Tumeona bei ambayo wamelipa katika familia zilizovunjika, uraibu, na utupu. Unanyoosha mkono Wako kwa wapotevu wote ambao wamekatishwa tamaa na ahadi za ulimwengu zilizoshindwa. Asante kwa kuwa hukutusahau katika uzururaji wetu. Tunakuomba Mola kwa ajili ya wapendwa wetu ambao kufuata ulimwengu huu kumewaondolea matamanio yote Kwako. Tunaomba kwamba wangeuona uzuri Wako na kusikia wito Wako kabla haijachelewa. Tunaomba kwamba ungetuonyesha kwamba sisi pia tunahitaji neema yako tunapojaribiwa kutangatanga. Tufundishe kwamba ndani Yako tu tunaweza kupata kile ambacho roho yetu inatamani kweli.

Sura ya 20- Kuanguka Kwa Babeli Kuu

Kitabu cha Ufunuo kinatoa sura kadhaa kwa Babeli. Tunapaswa kutambua kwamba taifa la Babeli lilikuwa limekoma muda mrefu kabla ya mtume Yohana kuandika maono hayo katika kitabu hiki. Maana yake ni kwamba Babeli, kama ilivyonenwa na mtume, si lazima iwe taifa la kimwili, bali kile ilichofananisha na falsafa ambayo iliishi. Katika somo hili lote, tumeona kwamba Babeli ilikuwa adui kwa watu wa Mungu. Hakumtumikia Mungu wa Israeli bali alijitoa badala ya kujifurahisha, mali, mamlaka na cheo. Ushahidi wa falsafa hii ya maisha unaendelea kuwepo katika siku zetu. Yesu mwenyewe alisema:

24 Hakuna mtu awezaye kutumikia mabwana wawili; kwa maana atamchukia huyu, na kumpenda huyu; ama atashikamana na huyu, na kumdharau huyu. Hamwezi kumtumikia Mungu na mali. (Mathayo 6)

Katika mfano wa Yesu wa mpanzi, alizungumza kuhusu mbegu iliyopandwa kati ya miiba. Alieleza maana ya jambo hili kwa wanafunzi wake katika Mathayo 13:

22 Naye aliyepandwa penye miiba, huyo ndiye alisikiaye lile neno;

na shughuli za dunia, na udanganyifu wa mali hulisonga lile neno; likawa halizai. (Mathayo 13)

Yesu alifundisha kwamba mahangaiko ya dunia na udanganyifu wa mali husonga mbegu ya Neno la Mungu na kutuzuia tusiwe na matokeo na utambuzi katika uhusiano wetu na Mungu.

Mtume Yohana angesema:

15 Msiipende dunia, wala mambo yaliyomo katika dunia. Mtu akiipenda dunia, kumpenda Baba hakumo ndani yake. 16 Maana kila kilichomo duniani, yaani, tamaa ya mwili, na tamaa ya macho, na kiburi cha uzima, havitokani na Baba, bali vyatokana na dunia. 17 Na dunia inapita, pamoja na tamaa zake, bali yeye afanyaye mapenzi ya Mungu adumu hata milele. (1 Yohana 2)

Rejea ya kwanza ya Babeli tunayotaka kuchunguza inapatikana katika Ufunuo 14. Katika sura hii, mtume aliona malaika watatu. Malaika hawa walitangaza hukumu inayokuja. Malaika wa pili kati ya hawa watatu alitoa tamko lifuatalo kuhusu Babeli:

8Kisha mwingine, malaika wa pili, akafuata, akisema, Umeanguka, umeanguka Babeli, mji ule ulio mkubwa, maana ndio uliowanywesha mataifa yote mvinyo ya ghadhabu ya uasherati wake. (Ufunuo 14)

Kulingana na malaika huyu wa pili, Babeli ingeanguka. Ona sababu ya kuanguka kwake—alikuwa ameyanywesha mataifa yote "divai ya tamaa ya uasherati wake." Nina hakika kwamba kuna njia nyingi za kufasiri marejeleo ya "uasherati" hapa katika mstari wa 8. Rahisi zaidi ni kuchukua kifungu cha maneno kama kilivyo. Babeli iliwakilisha kufuatia sana raha na kutosheka kwa mwili bila kujali kanuni za Neno la Mungu. Hatuhitaji kuangalia mbali ili kuona ushahidi wa falsafa hii leo. Tamaa isiyozuilika na tamaa ya starehe ya kimwili imesambaratisha familia na kuwa chanzo cha unyanyasaji mkubwa na kuvunjika kwa jamii. Imeharibu huduma nyingi na kuwa chanzo cha maumivu makubwa katika makanisa na familia ulimwenguni kote. Kulingana na Ufunuo 14:8 , uvutano wa Babeli pamoja na tamaa yake isiyozuilika na uasherati wake siku moja utaharibiwa. Haitavunja familia zetu tena. Tamaa zake zisizo za kimungu hazitatesa tena nchi yetu.

Tunasonga sasa kwenye Ufunuo 16. Hapa mtume aliona malaika saba wakimimina yaliyomo ndani ya mabakuli saba. Cha muhimu kwetu ni malaika wa sita aliyemimina vilivyomo ndani ya bakuli kwenye Mto Frati (Ufunuo 16:12). Yohana aliona pepo wachafu wakitoka katika kinywa cha joka, na mnyama, na nabii wa uongo (Ufunuo 16:13). Roho hizi za kishetani zilifanya ishara na kwenda duniani kote ili kukusanya wafalme ili wakusanyike kwa ajili ya vita dhidi ya Bwana Mungu (Ufunuo 16:14). Maelezo ya vita hivyo yameelezwa katika Ufunuo 19:19-21:

> *19 Kisha nikamwona huyo mnyama, na wafalme wa nchi, na majeshi yao, wamekutana kufanya vita na yeye aketiye juu ya farasi yule, tena na majeshi yake. 20 Yule mnyama akakamatwa, na yule nabii wa uongo pamoja naye, yeye aliyezifanya hizo ishara mbele yake, ambazo kwa hizo aliwadanganya watu wale walioipokea ile chapa ya huyo mnyama, nao walioisujudia sanamu yake; hao wawili wakatupwa wangali hai katika lile ziwa la moto liwakalo kwa kiberiti; 21 na wale waliosalia waliuawa kwa upanga wake yeye aliyeketi juu ya yule farasi, upanga utokao katika kinywa chake. Na ndege wote wakashiba kwa nyama zao. (Ufunuo 19)*

Kilicho muhimu kuona katika Ufunuo 16 ni maelezo ya kile kilichokuwa kikifanyika katika eneo la Mto Frati. Inaonekana kuwa mahali penye upinzani wa roho waovu kwa Mungu na kusudi lake katika ngazi za juu zaidi za serikali ya wanadamu. Ufunuo 16 inaeleza pepo wachafu wakitembea kutoka Mto Frati hadi miisho ya dunia, wakichochea mamlaka za kisiasa kusimama dhidi ya Mungu. Historia ya ulimwengu huu na hata matukio ya sasa yanatuonyesha kwamba nguvu hii ya kishetani kutoka Babeli ingali mashuhuri sana katika siku zetu. Watu wa Mungu wameteswa kote ulimwenguni. Mamlaka za kisiasa zimetunga sheria kinyume na kusudi la Mungu na kanuni za Neno Lake. Mambo yatakuwa mabaya zaidi kadri Siku ya Bwana inavyokaribia. Shetani ataendelea kuwashawishi viongozi wa ulimwengu wachukue msimamo dhidi ya Mungu na watu Wake.

Katika Ufunuo 19, tunaona kwamba vita vya mataifa dhidi ya Mungu havitafanikiwa hatimaye. Ufunuo 16:17-19 hutangaza kwamba siku inakuja ambapo uasi huo wa Babeli dhidi ya Mungu utavunjwa. Mungu ataukumbuka Babeli, mji mkuu, na kuufanya unywe kikombe cha ghadhabu yake:

17 Na huyo wa saba akakimimina kitasa chake juu ya anga. Sauti kuu ikatoka katika hekalu, katika kile kiti cha enzi, ikisema, Imekwisha kuwa. 18 Pakawa na umeme na sauti na radi; na palikuwa na tetemeko la nchi kubwa, ambalo tangu wanadamu kuwako juu ya nchi hapakuwa namna ile, jinsi lilivyokuwa kubwa tetemeko hilo. 19 Na mji ule mkuu ukagawanyikana mafungu matatu, na miji ya mataifa ikaanguka; na Babeli ule mkuu ukakumbukwa mbele za Mungu, kupewa kikombe cha mvinyo ya ghadhabu ya hasira yake. (Ufunuo 16)

Babeli inawakilisha upinzani kwa Mungu na kusudi lake kwa ulimwengu huu. Upinzani huu wa kishetani siku moja utavunjwa.

Ufunuo 17 inaeleza kwa undani zaidi hukumu ya Babeli. Ona kwamba anaitwa "kahaba mkuu" katika sura hii.

1Akaja mmoja wa wale malaika saba, wenye vile vitasa saba, akanena nami, akisema, Njoo huku, nitakuonyesha hukumu ya yule kahaba mkuu aketiye juu ya maji mengi; 2 ambaye wafalme wa nchi wamezini naye, nao wakaao katika nchi wamelevywa kwa mvinyo ya uasherati wake.(Ufunuo 17)

Ushawishi wa Babeli kama kahaba mkubwa uko wazi kabisa katika Ufunuo 17:1-2. Alifanya uzinzi na wafalme wakuu wa dunia, akapata kibali chao. Pia aliwalevya "wakaaji wa dunia" kwa uasherati wake. Ushawishi wake mbaya ulionekana ulimwenguni kote.

Ufunuo 17 unaendelea kueleza kahaba huyu mkuu. Katika mistari 3-6, tunagundua kwamba aliketi juu ya mnyama mwekundu sana. Mnyama huyu, kulingana na mstari wa 3, alikuwa amejaa majina ya makufuru. Alisimama dhidi ya Mungu kwa ujasiri na kulitukana jina Lake. Angalia jinsi alikuwa amevaa:

4 Na mwanamke yule alikuwa amevikwa nguo ya rangi ya zambarau, na nyekundu, amepambwa kwa dhahabu, na kito cha thamani, na lulu, naye alikuwa na kikombe cha dhahabu mkononi mwake, kilichojawa na machukizo, na machafu ya uasherati wake. (Ufunuo 17)

Yule kahaba mkuu alikuwa amevaa nguo za bei ghali zilizotengenezwa kwa kitambaa cha zambarau na nyekundu. Alivaa dhahabu, vito, na lulu, kuonyesha utajiri wake na tamaa ya mali ya dunia. Alikunywa kikombe "kilichojaa machukizo na uasherati." Mstari wa 5 unatuambia kwamba jina lake lilikuwa limeandikwa kwenye paji la uso wake:

5 Na juu ya paji la uso wake lilikuwa limeandikwa jina la fumbo: "Babeli mkuu, mama wa makahaba na wa machukizo ya dunia."

Babeli mkuu alikuwa mama wa makahaba na machukizo. Alikuwa chanzo cha uovu na uasherati. Alijifungua falsafa hii ya maisha na kuwahimiza wengi kufuata njia yake.

Kama mama wa wazinzi na machukizo, Babeli ilichukia wale waliomfuata Bwana Yesu. Watu hawa walisimama katika njia yake. Walipinga uovu wake. Walifichua udanganyifu wake na ubatili wa njia zake. Katika chuki yake kwa waumini, Babeli iliua wengi waliomwamini Bwana Yesu. Ufunuo 17:6 inatuambia kwamba alikunywa damu ya watakatifu na mashahidi wa Yesu:

6 Nikamwona yule mwanamke amelewa kwa damu ya watakatifu, na kwa damu ya mashahidi wa Yesu. Nami nilipomwona nikastaajabu ajabu kuu. (Ufunuo 17)

Kwa mara nyingine tena, malaika wa Bwana alimwambia Yohana kile ambacho kingetokea Babeli, yule kahaba mkuu.

16 Na zile pembe kumi ulizoziona, na huyo mnyama, hao watamchukia yule kahaba, nao watamfanya kuwa mkiwa na uchi, watamla nyama yake, watamteketeza kabisa kwa moto. 17 Maana Mungu ametia mioyoni mwao kufanya shauri lake, na kufanya shauri moja, na kumpa yule mnyama ufalme wao hata maneno ya Mungu yatimizwe. 18 Na yule mwanamke uliyemwona, ni mji ule mkubwa, wenye ufalme juu ya wafalme wa nchi. (Ufunuo 17)

Siku ilikuwa inakuja ambapo waadhirika wa Babeli wangeona ubatili wa njia zake na kuasi dhidi yake. Angeangamizwa kama Bwana alivyosonga kati ya mataifa. Angalia hasa katika Ufunuo 17:18 kwamba Babeli ilikuwa na mamlaka juu ya wafalme wa dunia. Alihamia kwa ushawishiwale walio na mamlaka dhidi ya Mungu na kusudi lake. Hata hivyo, siku ilikuwa inakuja ambapo utawala wake juu yao ungevunjwa.

Ufunuo 18:2 inaeleza ukubwa wa anguko la Babeli:

2 Akalia kwa sauti kuu, akisema, Umeanguka, umeanguka Babeli ule mkuu; umekuwa maskani ya mashetani, na ngome ya kila roho mchafu, na ngome ya kila ndege mchafu mwenye kuchukiza; (Ufunuo 18)

Ufunuo 18 ni muhimu kwa kile inachotufundisha kuhusu Babeli na falsafa yake isiyo ya Mungu. Ona kwanza kwamba Babeli ilikuza tamaa isiyozuilika na uasherati:

3 kwa kuwa mataifa yote wamekunywa mvinyo ya ghadhabu ya uasherati wake, na wafalme wa nchi wamezini naye, na wafanya biashara wa nchi wamepata mali kwa nguvu za kiburi chake. (Ufunuo 18:3).

Babeli pia ilifundisha nguvu ya tajiri na maisha ya anasa:

3 kwa kuwa mataifa yote wamekunywa mvinyo ya ghadhabu ya uasherati wake, na wafalme wa nchi wamezini naye, na wafanya biashara wa nchi wamepata mali kwa nguvu za kiburi chake(Ufunuo 18)

Aliamini kuwa usalama ulitokana na utajiri na ushawishi katika ulimwengu huu:

7 Kwa kadiri alivyojitukuza na kufanya anasa, mpeni maumivu na huzuni kadiri iyo hiyo. Kwa kuwa husema moyoni mwake, Nimeketi malkia, wala si mjane, wala sitaona huzuni kamwe.(Ufunuo 18)

Babeli ilifundisha kwamba lazima uchukue kila anasa na uongeze mali na ushawishi wako. Haupaswi kujinyima faida yoyote, hata ikiwa hiyo inakuja kwa gharama ya mtu mwingine.

Hukumu ya Mungu ilikuwa inaenda kuanguka haraka juu ya Babeli. Angelipwa maradufu kwa yale aliyowatendea wengine (Ufunuo 18:6). Siku ya hukumu yake, wafalme wa dunia waliozini naye na kuishi naye anasa watalia kwa kifo chake.

9 Na hao wafalme wa nchi, waliozini naye na kufanya anasa pamoja naye, watalia na kumwombolezea; wauonapo moshi wa kuungua kwake; (Ufunuo 18)

Wafanyabiashara wote waliouza bidhaa zake watalia kwa sababu hakuna mtu atakayenunua shehena yake tena:

11 Nao wafanya biashara wa nchi walia na kumwombolezea, kwa sababu hapana mtu anunuaye bidhaa yao tena; 12 bidhaa ya dhahabu, na fedha, na kito chenye thamani, na lulu, na kitani nzuri, na nguo ya rangi ya zambarau, na hariri, na nguo nyekundu; na kila mti wa uudi, na kila chombo cha pembe, na kila chombo cha mti wa thamani nyingi, na cha shaba, na cha chuma, na cha marimari; 13 na mdalasini, na iliki, na uvumba, na marhamu, na ubani, na mvinyo, na mafuta ya mzeituni, na unga mzuri, na ngano, na ng'ombe, na kondoo, na farasi, na magari, na miili na roho za wanadamu. (Ufunuo 18)

Wafanyabiashara wengi walikuwa wametajirika kupitia falsafa yake. Walinunua mtindo wake wa maisha na kuwa tajiri kama matokeo. Kuanguka kwa njia hii ya maisha ya kupenda mali, hata hivyo, kuliwaacha wafanyabiashara katika hofu:

15 Na wafanya biashara ya vitu hivyo, waliopata mali kwake, watasimama mbali, kwa hofu ya maumivu yake; wakilia na kuomboleza, 16 wakisema, Ole, ole, mji ule mkuu! Uliovikwa kitani nzuri, na nguo ya rangi ya zambarau, na nguo nyekundu, na kupambwa kwa dhahabu, na kito cha thamani, na lulu; (Ufunuo

18)

Utajiri wa Babeli ungenyang'anywa kutoka kwake. Wote waliotafuta utajiri wake wangekatishwa tamaa. Ufunuo 18 inamalizia kwa maneno haya:

20 Furahini juu yake, enyi mbingu, nanyi watakatifu na mitume na manabii; kwa maana Mungu amehukumu hukumu yenu juu yake. 21 Na malaika mmoja mwenye nguvu akainua jiwe, kama jiwe kubwa la kusagia, akalitupa katika bahari, akisema, Kama hivi, kwa nguvu nyingi, utatupwa Babeli, mji ule mkuu, wala hautaonekana tena kabisa. 22 Wala sauti ya wapiga vinanda, na ya wapiga zomari, na ya wapiga filimbi, na ya wapiga baragumu, haitasikiwa ndani yako tena kabisa; wala fundi awaye yote wa kazi yo yote hataonekana ndani yako tena kabisa; wala sauti ya jiwe la kusagia haitasikiwa ndani yako tena kabisa; 23 wala nuru ya taa haitamulika ndani yako tena kabisa; wala sauti ya bwana-arusi na bibi-arusi haitasikiwa ndani yako tena kabisa; maana hao wafanya biashara wako walikuwa wakuu wa nchi, kwa kuwa mataifa yote walidanganywa kwa uchawi wako. 24 Na ndani yake ilionekana damu ya manabii, na ya watakatifu, na ya wale wote waliouawa juu ya nchi. (Ufunuo 18)

Ukweli wa hukumu ya mwisho ya Babeli husababisha mbingu kulipuka kwa shangwe, ikisema:

1 Baada ya hayo nikasikia sauti kama sauti ya makutano mengi, sauti kubwa mbinguni, ikisema, Haleluya; 2 kwa kuwa hukumu zake ni za kweli na za haki; maana amemhukumu yule kahaba mkuu aliyeiharibu nchi kwa uasherati wake, na kuipatiliza damu ya watumwa wake mkononi mwake. 3 Wakasema mara ya pili, Haleluya. Na moshi wake hupaa juu hata milele na milele. (Ufunuo 19)

Mungu atahukumu Babeli, yule kahaba mkuu kwa uasherati wake

na kulipiza kisasi juu yake kwa ajili ya damu ya watakatifu aliowaangamiza. Sikiliza mwito wa Mungu kwa wote walio wake katika Ufunuo 18:

4 Kisha nikasikia sauti nyingine kutoka mbinguni, ikisema, Tokeni kwake, enyi watu wangu, msishiriki dhambi zake, wala msipokee mapigo yake(Ufunuo 18).

Kama waumini, tunapigana vita dhidi ya roho ya Kibabeli ya siku zetu. Hatuko salama kutokana na majaribu yake. Hata katika kanisa kuna wale wanaoishi kwa ajili ya ulimwengu huu, anasa zake, na utajiri wake. Nimezungumza na viongozi wa Kikristo ambao wameshikwa na roho ya kupenda mali na uchoyo. Nimewasikiliza wachungaji ambao hamu yao kubwa ilikuwa ni kuonekana na wengine kuwa wamefanikiwa. Sote tumesoma hadithi kuhusu viongozi wengine muhimu wa kiroho ambao wameanguka katika dhambi ya uasherati. Watoto wetu wanashambuliwa na vyombo vya habari, sinema na aina nyinginezo za burudani zinazoendeleza falsafa ya maisha ya Kibabeli. Katika miaka ya hivi karibuni tumeona kanuni zote za kimaadili na za kimungu tunazoamini tukiwa Wakristo zikishambuliwa. Roho ya Babeli iko hai katika siku zetu.

Roho ya Babeli si rafiki kwa mwamini. Itatuvuruga na kutuzuia kupata utimilifu wa kile tulicho nacho katika Bwana Yesu. Itatuondolea nguvu na ari yetu katika huduma. Itatuacha tupu kama waumini na dhaifu kama makanisa. Yesu anafundisha kwamba ni katika kutoa ndipo tunabarikiwa, lakini Babeli inatuita kuchukua kila kitu tunachoweza kupata. Yesu anatufundisha kufa kwa nafsi zetu ili kupata maisha ya kweli, lakini Babeli inatupa changamoto kuweka mahitaji yetu kwanza na kutosheleza kila tamaa.

Ushawishi wa Babeli katika kanisa ni wa hila. Ufunuo 18:4 inawaita waamini wote "kutoka kwake" tusije tukashiriki dhambi zake na kushiriki mapigo yake. Ikiwa tunataka maisha yetu ya Kikristo yasitawi, lazima tupinge chambo cha Babeli. Babeli itasonga maisha na uhai wetu wa kiroho. Babeli itatuvua nguvu zetu za kiroho na kutufanya tusiwe na maana katika ulimwengu unaokufa.

Siku inakuja ambapo ushawishi wa Babeli kwenye mioyo na akili zetu utavunjwa. Kwa sasa, ni lazima tujifunze kutambua sauti yake na kupinga vishawishi vyake. Kutoka Mwanzo hadi Ufunuo, Babeli inaonyeshwa kama adui wa Mungu na watu wake. Usianguke kwenye hirizi zake. Ngoja niwaachie maneno ya mtume Yohana mwenyewe aliyesema:

> *15 Msiipende dunia, wala mambo yaliyomo katika dunia. Mtu akiipenda dunia, kumpenda Baba hakumo ndani yake. 16 Maana kila kilichomo duniani, yaani, tamaa ya mwili, na tamaa ya macho, na kiburi cha uzima, havitokani na Baba, bali vyatokana na dunia. 17 Na dunia inapita, pamoja na tamaa zake, bali yeye afanyaye mapenzi ya Mungu adumu hata milele. (1 Yohana 2)*

Maombi:

Baba, tunaishi katika ulimwengu ambao umeathiriwa sana na roho ya Babeli. Babeli inatufundisha kujifikiria sisi wenyewe, usitawi wetu, raha zetu, na nafasi yetu maishani. Unatufundisha kufa kwetu na kuzingatia Kristo na kusudi lake. Tunakiri kwamba mara nyingi tumejaribiwa na Babeli, kahaba mkuu na kujisalimisha kwa tamaa na tamaa zetu za mwili. Tunaomba neema ya kutambua tofauti kati ya falsafa ya dunia hii na kusudi lako. Na tuwe tayari kusalimisha yote. Na tufe kwa hiari kwa ulimwengu ili tuweze kukujua Wewe na uwepo wako. Ulimwengu huu na vivutio vyake vififie, na Uangaze vyema mioyoni mwetu. Shauku yetu kuu maishani iwe kukujua Wewe na uweza wako wa ufufuo katika maisha yetu. Ulimwengu huu pamoja na vivutio vyake vyote na anasa siku moja utapita, lakini Wewe utakuwa Mungu wetu na furaha ya milele.

Light To My Path Book Distribution

Light To My Path Book Distribution (LTMP) ni huduma ya uandishi na usambazaji wa vitabu inayowafikia wafanyakazi Wakristo wenye uhitaji huko Asia, Amerika Kusini, na Afrika. Wafanyakazi wengi Wakristo katika nchi zinazoendelea hawana nyenzo zinazohitajika ili kupata mazoezi ya Biblia au kununua vifaa vya kujifunzia Biblia kwa ajili ya huduma zao na kujitia moyo.F. Wayne Mac Leod ni mwanachama wa Action International Ministries na amekuwa akiandika vitabu hivi kwa lengo la kuvisambaza bure au kwa gharama kwa wachungaji wenye uhitaji na wafanyakazi Wakristo kote ulimwenguni.

Makumi kwa maelfu ya Vitabu hivi vimesambazwa na vinatumika katika mahubiri, mafundisho, uinjilisti na kutia moyo waamini wenyeji katika zaidi ya nchi sitini. Vitabu sasa vimetafsiriwa katika lugha kadhaa. Lengo ni kuvifanya vipatikane kwa waumini wengi iwezekanavyo.

Huduma ya LTMP ni huduma yenye msingi wa imani na tunamwamini Bwana kwa nyenzo zinazohitajika ili kusambaza vitabu kwa ajili ya kuwatia moyo na kuwaimarisha waumini duniani kote. Je, ungeomba kwamba Bwana afungue milango kwa ajili ya tafsiri na usambazaji zaidi wa vitabu hivi?

Kwa taarifa Zaidi kuhusu Light To My Path tembelea tovoti yetu ya www.lighttomypath.ca

www.ingramcontent.com/pod-product-compliance
Lightning Source LLC
Chambersburg PA
CBHW070144080526
44586CB00015B/1832